ஆரம்பம் 50 காசு!

ஆரம்பம் 50 காசு!

பேட்ரீஷியா நாராயணன்

எழுத்து வடிவம் - ஜெ. ராம்கி

கிழக்கு

ஆரம்பம் 50 காசு!
Aarambam 50 Kaasu!
by Patricia Narayanan ©
Tamil Text : J. Ramki

First Edition: August 2010
112 Pages

ISBN 978-81-8493-526-4
Kizhakku - 530

Kizhakku Pathippagam
177/103, First Floor,
Ambal's Building, Lloyds Road,
Royapettah, Chennai 600 014.
Ph: +91-44-4200-9603

Email : support@nhm.in
Website : www.nhm.in

Cover & Inside: Puthur Saravanan

Kizhakku Pathippagam is an imprint of New Horizon Media Private Limited

சமர்ப்பணம்

பிரதீபாவுக்கு...

1

குயின் மேரீஸ் காலேஜ் நிறுத்தத்தின் நிழற்குடைக்குப் பின்னால் நாங்கள் மூவரும் நின்று கொண்டிருந்தோம். வானம் கருத்து மழை வரும்போல் இருந்தது. இருபது நிமிடங்கள் ஆகி விட்டன. இன்னும் ஒரு பஸ்ஸையும் காணோம்.

'டைம் வேஸ்ட். பீச் ஸ்டே ஷனுக்கு இங்கிருந்து பஸ் இருக்காது. 21H வர ரொம்ப லேட்டாகும். 21E பிடிச்சு ஹைகோர்ட்டுல போய் இறங்கிடு வோம். நீ என்ன சொல்றே?'

'ஆமாம்டி அதான் கரெக்ட். அங்கிருந்து ஆட்டோவுல போயிடலாம்... நாலா வது பீரியட் இங்கிலீஷ் கிளாஸ். அட்டெண்டன்ஸ் இல்லேன்னா மாட்டிக்குவோம்.'

பஸ் வந்ததும் ஏறினோம். ஜன்னலோரமாக சீட் கிடைத்தது. மெரினாவின் பேய்க்காற்று முகத்தில் அடித்தது. கடலும் வானமும் சங்கமமாகும் புள்ளியைத் தேடிப்பார்த்தேன். கண்ணுக்குத் தெரியவில்லை.

பீச்சில் சொற்ப ஆள்களே இருந்தார்கள்.ஏதோ ஒரு இளஞ்ஜோடி கைகளைக் கோர்த்தபடி மணலில் நடந்து போய்க்கொண்டிருந் தார்கள். நாளை முதல் நாமும் இதுபோல் நடந்து செல்லலாம் என்று மனத்துக்குள் நினைத்துக்கொண்டேன். அடுத்த சில மணி நேரங்களை எந்தவிதச் சிக்கலும் இல்லாமல் கழித்துவிட்டால், நாளை முதல் புதிய வாழ்க்கை, புதிய கனவுகள், புதிய வசந்தம். அமைதியாக அமர்ந்திருந்தேன்.

பஸ் அண்ணா சமாதியைக் கடந்து சென்று கொண்டிருந்தது. தோழிகள் இருவரும் என்னைப் பார்த்துக் கண்ணடித்து, சிரித்துப் பேசியபடி வந்துகொண்டிருந்தார்கள்.

‘உனக்காக இவ்ளோ செய்யறோம். என்னடி ட்ரீட் தரப்போறே?’

வழக்கமான அந்த ஹோட்டல் வேண்டாம் என்றார்கள். வேறு ஏதாவது புதிதாகச் செய்யேன் என்றார்கள். இவர்கள் செய்யப் போகும் உதவிக்கு என்ன வேண்டுமானாலும் செய்யலாம். பாரகன் தியேட்டரில் புவனா ஒரு கேள்விக்குறி, பிறகு ஒரு நல்ல ஹோட்டலில் உணவு. ஓகேயா என்றார்கள். சரி என்றேன்.

இர்வின் பாலத்தைத் தாண்டியதும் இடது பக்கத்தில் தலைமைச் செயலகம் தென்பட்டது. எம்.ஜி.ஆரைப் பார்க்க இன்று ஏராளமான கூட்டம். பஸ்ஸில் ஏறும் ஒவ்வொருவரையும் பயத்தோடு கவனித்தேன். சித்தப்பாவின் நண்பர்களில் நிறைய பேர் இங்கே வந்து பஸ் ஏறுவார்கள்.

‘ஏண்டி இவ்ளோ டென்ஷனா இருக்கே.. முகமெல்லாம் வேர்த்து வழியுது!‘

‘ஏண்டி, பளிச்சுன்னு புடவை கட்டிட்டு வந்திருக்கியே வீட்டுல ஏதும் சொல்லலையா?’

‘காலேஜ்ல யூத் மீட்னு சொல்லிட்டு வந்திருக்கேன்’

ரிசர்வ் பாங்க் ஆஃப் இந்தியா தாண்டியதும், பஸ் இடதுபுறம் திரும்பியது. பர்மா பஜார் சிக்னல் தாண்டி எல்ஐசி கட்டடத்துக்கு அருகே இறங்கிக்கொண்டோம். அங்கிருந்து ஸ்டேட் பேங்க் பின்புறமாக இறங்கி நடந்து வருவதற்குள் அரைமணி நேரமாகி விட்டது. எங்களுக்காக நாராயணனும் அவரது நண்பர்களும் ரிஜிஸ்டர் ஆபிஸ் வாசலிலேயே காத்திருந்தார்கள்.

'ரொம்ப நேரமாயிடுச்சா? பஸ்ஸே கிடைக்கலை..அதான் லேட்டாயிடுச்சு'

'சரி சீக்கிரம் வா, எல்லா ஏற்பாடும் செஞ்சாச்சு... ரிஜிஸ்ட்ரார் எங்கேயாவது கிளம்பிடப்போறாரு!'

சார் பதிவாளர் அலுவலகம் பழுப்பு நிறத்தில் பிரம்மாண்டமாக இருந்தது. கருங்கல் தரைகள். காற்றோட்டமான ஜன்னல்கள். வாசலில் ஆரம்பித்து வழியெங்கும் ஒரே கூட்டம். கையில் விதவிதமான மனுக்களோடு மக்கள் காத்திருந்தார்கள். அவர் களோடு சேர்த்து எங்களையும் காத்திருக்கச் சொன்னார்கள்.

'நாலாவது பீரியட் நமக்கு இங்கிலீஷ் கிளாஸ், ஞாபகத்துல வெச்சுக்கோ, அதுக்குள்ள போயிட முடியுமா?'

'போயிடலாம். போகும்போது உடுப்பி ஹோட்டல்ல சாப்பிட்டுப் போயிடலாம்'

'சாப்பிட எங்கேடி நேரமிருக்க போவுது? முதல்ல திரும்பிப் போற வழியைப் பார்ப்போம்.'

நல்ல வேளையாக, அரை மணி நேரத்தில் எங்களுக்கு அழைப்பு வந்துவிட்டது. மூக்குக் கண்ணாடியைச் சரி பார்த்தபடி, பதிவாளர் எங்களை நிமிர்ந்து பார்த்தார். நெற்றி நிறைய பட்டை யோடு குள்ளமாக இருந்தார் அவர். என்னை ஒரு நிமிடம் உற்றுப் பார்த்தார். ஐயோ, ஒரு வேளை சித்தப்பாவுக்குத் தெரிந்தவராக இருப்பாரோ? அடிவயிற்றில் இனம் புரியாத பயம்.

'எங்கிருந்தும்மா வர்றே?'

'சாந்தோம் சார்!'

'ரேஷன் கார்ட், டிரைவிங் லைசன்ஸ், மார்க் ஷீட் ஏதாவது கொண்டு வந்திருக்கியா?'

‘இருக்கு சார், எல்லாமே இணைச்சிருக்கேன்!’ நாராயணன்தான் இடைமறித்துப் பதில் சொன்னார். நல்லவேளை யாருக்கும் தெரியாமல் ரேஷன் கார்ட் ஒரிஜினலை கையோடு எடுத்து வந்தது நல்லதாகப் போயிற்று.

‘இன்னொரு பாரம் எழுதிக்கொடுங்க. பாஸ்போர்ட் சைஸ் போட்டோ வெச்சுருக்கீங்களா, ஒட்டி கையெழுத்து போடுங்க. கூட யாராவது வந்திருக்காங்களா?’

‘நண்பர்கள் இருக்காங்க சார்!’

விவரங்கள் சரிபார்க்கப்பட்டன. எந்த ஆட்சேபணையும் இல்லை என்று ஒரு குமாஸ்தா எழுதிக் கொடுத்தார். கூடவே இன்னொரு காகிதம் கொடுத்துப் பூர்த்தி செய்யச் சொன்னார்.

We hereby give you notice that we are getting married under special marriage act, 1954 and intended to be solemnized ...

முதலில் நான். பிறகு, நாராயணன் கையெழுத்திட்டார். நண்பர்கள் சாட்சிகளாகக் கையெழுத்திட்டார்கள்.

மந்திரம் இல்லை. மாலை இல்லை. மோதிரம் இல்லை. எந்தவித ஆர்ப்பாட்டமும் இல்லாமல் ஓர் இந்து பையனுக்கும் ஒரு கிறிஸ்தவப் பெண்ணுக்கும் இனிதே திருமணம் நடந்து முடிந்தது.

2

என் பெயர் பேட்ரீஷியா வசந்தகுமாரி நாராயணன். 1958ம் ஆண்டு, ஜுலை 7ம் தேதியன்று நாகர்கோவிலில் பிறந்தேன். தவழ்ந்தது, வளர்ந்தது, விழுந்தது, எழுந்தது அனைத்தும் சென்னையில். அந்த வகையில், நான் ஒரு பரிபூரண சென்னைவாசி. சென்னைதான் என்னை வாழ வைத்தது. என்னுடைய கடைசி மூச்சு கூட நிச்சயம் சென்னையில்தான் இருக்கும்.

அம்மாவுக்குப் பூர்வீகம் நாகர்கோவில். கேரளாவில் உள்ள பள்ளியாடி என்னும் ஊர்தான் அப்பாவுக்குச் சொந்த ஊர். நடுத்தர குடும்பம். அப்பா வழி தாத்தா சென்னையில் உள்ள ஒரு பள்ளியில் தலைமை ஆசிரியராக இருந்தார்.

கண்டிப்புக்குப் பேர் போன கறாரர்ப் பேர்வழி. வீட்டில் அவர் பேச்சுக்கு மறுபேச்சு இல்லை. கட்டுக்கோப்பான ஒரு கூட்டுக் குடும்பத்தின் தலைவராக இருந்தார்.

அப்பாவுடன் பிறந்தவர்கள் இரண்டு பேர். அவர்களது மனைவி, குழந்தைகள் என வீடு எப்போதும் நிறைந்திருக்கும். கலகலப் புக்குப் பஞ்சமிருக்காது. தனிமை என்றால் என்னவென்றே எனக்குத் தெரியாது.

அப்பா, அம்மா இருவரும் மத்திய அரசு ஊழியர்கள். என் கடன் பணி செய்து கிடப்பதே என்பதில் இருவருக்கும் நம்பிக்கை உண்டு. அம்மாவுக்குத் தொலைபேசித் துறையில் பணி. அப்பாவுக்கு, தபால் துறை. சென்ட்ரல் ரயில்வே நிலையத்தில் உள்ள ஆர்.எம்.எஸ் பிரிவில் வேலை. பெரும்பாலும் நைட் ஷிஃப்ட் வேலை இருக்கும். வீட்டுக்கு வந்துவிட்டால், தான் உண்டு தன் வேலையுண்டு என்று இருந்துவிடுவார். சாந்தோமி லிருந்து சைக்கிளில்தான் ஆபிஸ் போய் வருவார். சைக்கிளில் போய்வருவது அவருக்குப் பிடித்த விஷயம்.

என்னுடன் பிறந்தவர்கள் இரண்டு பேர். ஒரு தங்கை, ஒரு தம்பி. அம்மா, அப்பாவுடன் அதிக நேரம் செலவிடமுடியவில்லையே என்னும் குறையைத் தவிர வேறு கஷ்டங்கள் எதுவும் இல்லை எங்களுக்கு.

நிறைய விஷயங்களில் எனக்கு அப்பாதான் ஒரு ரோல் மாடல். அவர் ஒரு புதுமை விரும்பி. புதிய விஷயங்களைப் பரிசோதித்துப் பார்ப்பதில் கெட்டிக்காரர். சைக்கிளில் ரேடியோ பொருத்தி, கேட்டு ரசித்தபடியே ஆபிசுக்குப் போவார். முன்பக்கம் மட்டு மல்ல பின்பக்கமும் ஹெட்லைட் இருக்கும். இன்றைக்கும் கிரியேட்டிவிட்டி என்றால் அப்பாதான் என் நினைவுக்கு வருவார்.

அப்பா, கருகருவென்று ஒல்லியாக உயரமாக இருப்பார். வேலை யில் கெட்டிக்காரர். பிரமாதமான மெக்கானிக். ரேடியோவே அரிதாக இருந்த அறுபதுகளில், அவர் ரேடியோவை பாகம் பாகமாப் பிரித்துப் போட்டு பழுது பார்க்கக் கற்றுக்கொண்டார். சொந்த பந்தங்கள்,நண்பர்கள் வட்டாரத்தில் ஏதாவது ஆலோசனை வேண்டும் என்றால் அப்பாவைத்தான் தேடி வருவார்கள். ரேடியோ, டேப் ரிகார்டர், டிவி என யார் வீட்டில்

எது வாங்கினாலும் அப்பாவின் தேர்வுதான். ஏதாவது பிரச்னை என்றாலும் அப்பாதான் பழுது பார்ப்பார். வீட்டில் இருக்கும் சமயங்களில், ஹாலில் அமர்ந்து ஏதாவது ஒரு மின் சாதனத்தை வைத்து ஆராய்ந்து கொண்டிருப்பார்.

தாத்தாவின் நேரடிக் கண்காணிப்பில் நாங்கள் வளர்ந்தோம். காலை ஐந்து மணிக்கெல்லாம் வீடு பரபரப்பாகிவிடும். ஒவ்வொருவராகக் கிளம்பி ஆபிஸ் போவார்கள். நைட் ஷிஃப்ட் முடிந்து வந்த அப்பா மட்டும் வீட்டில் இருப்பார். என்னை பள்ளியில் கொண்டு போய்விடும் வேலை அப்பாவுடையது. மாலை ஐந்தரைக்குள் அம்மா வீட்டுக்கு வந்துவிடுவார். பிறகு, சித்தப்பா, சித்தி என்று ஒவ்வொருவராக வருவார்கள்.

முதல் முதலாக எங்கள் வீட்டுக்கு டிவி வந்த தினத்தை நான் நன்றாக நினைவில் வைத்திருக்கிறேன். தனியொரு ஆளாக ஆட்டோவில் வைத்து அப்பாதான் எடுத்து வந்தார். பெரிய இரும்பு பைப்புகளை நிறுத்தி வைத்து ஆண்டெனாவைப் பொருத்தினார். டிவிக்கு இணையாக ஆண்டெனாவுக்கும் முக்கியத்துவம் இருந்த காலம் அது. ஆண்டெனாவை டியூன் செய்வது என்பது கஷ்டமான விஷயம். ஆண்டெனா சரியாக அமையவில்லையென்றால் டிவியில் படம் சுத்தமாகத் தெரியாது.

ஆண்டெனா வடிவமைப்பதில் அப்பா கெட்டிக்காரர். இலங்கை யில் ரூபவாஹினி அறிமுகமான நேரம். குறைவான செலவில் கூடுதலாக ஒரு ஆண்டெனாவை அப்பா அமைத்துக் கொடுத்தார். இரவு நேரங்களில் எங்கள் வீட்டு டிவியில் மட்டும் ரூபவாஹினி வந்தது. அதைப் பார்த்துவிட்டு அக்கம் பக்கத்தில் உள்ளவர் களிடம் சொல்லி, பரவசப்படுவோம்.

சின்ன வயதில் நான் அம்மா ஜாடை என்று சொல்வார்கள். அதைக் கேட்பதற்குப் பெருமையாக இருக்கும். அம்மாவைப் போல் பொறுமையான ஆசாமியை நான் இதுவரை பார்த்த தில்லை. என்னுடைய வாழ்க்கையில் இந்த நிமிடம் வரை கூடவே இருப்பவர் அம்மா மட்டும்தான்.

பளிச்சென்று பருத்திப் புடவை உடுத்துவாள். எப்போதும் உற்சாகத்துடன் இருப்பாள். எதையும் சமாளிக்கும் உறுதியான மனம் அம்மாவுக்கு உண்டு. தலைவலி, காய்ச்சல் என்று அம்மா

ஓய்வெடுத்து நான் பார்த்ததில்லை. எந்தப் பிரச்னையாக இருந்தாலும் சுமூகமாக அணுகும் மனப்பான்மை உண்டு. எதையும் அடுத்தவர் கண்ணோட்டத்தில் அணுகவேண்டும் என்பது அம்மா சொல்லிக்கொடுத்த விஷயம். சோர்ந்து நிற்கும் போது உற்சாகத்தோடு தட்டிக் கொடுப்பது அம்மாவின் வழக்கம். எனக்குச் சகலமும் அவள்தான். பள்ளியில் படிக்கும் காலத்தில் அம்மாதான் வீட்டில் பாடங்கள் சொல்லிக் கொடுப்பாள். வீட்டு வேலைக்கு நடுவே எனக்கு நேரம் ஒதுக்குவாள்.

நான் நன்றாகப் படித்து ஐ.ஏ.எஸ் அதிகாரியாக வரவேண்டும் என்பது அம்மாவின் கனவு. அது வெறும் பகல்கனவுதான் என்பதைப் பள்ளிப் பருவத்திலேயே நிரூபித்துவிட்டேன். நான் படிப்பில் மிகவும் சராசரியான பெண். முதல் மூன்று ரேங்க் வாங்காவிட்டாலும், மோசம் என்று சொல்லுமளவுக்கு இல்லை.

அம்மா என்னைப் புரிந்து கொண்டாள். என்னைக் கட்டாயப் படுத்தவில்லை. உனக்கு எது சரியென்று தோன்றுகிறதோ அதைச் செய், அதுவே போதும் என்று சொல்லிவிட்டாள். ஆனால் தாத்தா அப்படி அல்ல. ஆறு மணி ஆனதும் படிக்க உட்கார்ந்து விட வேண்டும். வீட்டில் எல்லோரையும் வரிசையில் உட்கார வைத்து வரலாறு, பூகோளம், அறிவியல் என்று வரிசையாகச் சொல்லிக்கொடுக்க ஆரம்பித்துவிடுவார்.

என் படிப்புத் திறமை அவரை வசீகரிக்கவில்லை. நீ எங்கே படிக்கப்போறே? சமைக்கத்தான் லாயக்கு என்று அடிக்கடி திட்டு வார். அதுதான் உண்மையாகப்போகிறது என்பது அவருக்குத் தெரியாது. எனக்கும்தான்.

கட்டுப்பாடான கிறிஸ்தவ குடும்பம். பிள்ளைகள் விஷயத்தில் கண்டிப்பாக இருப்பார்கள். பள்ளியை விட்டு வீட்டுக்கு வந்தால் வெளியே போய் விளையாட முடியாது. எதைச் செய்வதானாலும் தாத்தாவின் அனுமதி வேண்டும். வாரம் முழுவதும் பள்ளிக் கூடம். ஞாயிற்றுக்கிழமைகளில் சர்ச். இதைத் தவிர வேறு எங்கும் போகமுடியாது.

அப்பா, அம்மாவுடன் வெளியே போனால்கூட மாலையில் விளக்கு வைப்பதற்குள் வீடு திரும்பியாக வேண்டும். வருஷத் துக்கு ஒரு முறை சினிமாவுக்கு அழைத்துப்போவார்கள். சின்ன வயதில் இந்தக் கெடுபிடியான சூழலை வெறுத்திருக்கிறேன்.

எல்லோர் மீதும் கோபப்பட்டிருக்கிறேன். இப்போது அவற்றை யெல்லாம் நினைத்துப் பார்க்கும்போது எதையோ இழந்த உணர்வு.

எனக்கு ஐந்து வயதானபோது கான்வெண்ட் போக ஆரம் பித்தேன். வீட்டுக்குப் பக்கத்திலேயே ஒரு சின்ன கான்வென்ட் இருந்தது. பளிச்சென்று பச்சை நிறச் சீருடை, கருப்பு ஷூ. நீளமான முடியைப் பின்னி, ஜடை வைத்து, ரிப்பன் மடித்து அழகாகக் கட்டிமுடித்து என்னை தயார் செய்வதற்கே அம்மா வுக்கு ஒரு மணி நேரமாகிவிடும்.

எந்தப் பிள்ளைதான் அழாமல் பள்ளிக்குப் போகும்? நானும் சராசரிப் பிள்ளையாகத்தான் இருந்தேன். பள்ளிக்குப் போகப் பிடிக்காமல் பல நாட்கள் அழுதிருக்கிறேன். ஒரு நாள், ஒரு வாரம், சில வாரங்கள் என்று தொடர்ந்து மாதக்கணக்கில் அழுகை, ஆர்ப்பாட்டம் செய்ததால், பள்ளிக்கே போக வேண்டாம் என்று சொல்லிவிட்டார்கள்.

வேறு பள்ளிக்கு மாற்றிப் பார்க்கலாம் என்று தாத்தா முடிவெடுத் தார். இன்னோர் இடத்தில் சேர்த்துவிட்டார்கள். அங்கே ஐந்தாம் வகுப்பு வரை படித்தேன். ஆறாம் வகுப்பிலிருந்து செயிண்ட் தாமஸ் கான்வெண்ட்.

கடன் வாங்கக்கூடாது என்பது அப்பாவின் கண்டிப்பான கொள்கை. ஏனோ கடன் வாங்குவது அவருக்குப் பிடிக்கவே பிடிக்காத விஷயம். பள்ளிக்குப் போகும்போது பாக்கெட் மணி யாக 20 பைசா கிடைக்கும். ஐஸ்கிரீம் வாங்கிச் சாப்பிடுவேன். ஒருமுறை ஐஸ்க்ரீம் வாங்கிவிட்டு, கடைக்காரருக்கு 10 பைசா பாக்கி வைத்தது அப்பாவுக்குத் தெரிய வந்தது. கோபத்தின் உச்சிக்கே போய்விட்டார்.

பள்ளி முடிந்து வீட்டுக்கு வந்ததும் என்னைக் கூப்பிட்டார். எப்படியாவது கடன் வாங்கியாவது உனக்கு ஐஸ்கிரீம் சாப்பிடக் கேட்குதோ, கை நீட்டு என்றார். பரணில் இருந்து அவர் எடுத்து வந்த ஒரு பெரிய கம்பு என்னுடைய உள்ளங்கையைப் பதம் பார்த்தது. பலத்த அடி. இன்றைக்கும் மறக்க முடியாத வலி.

அந்தச் சம்பவத்துக்குப் பிறகு, கடன் என்றாலே எனக்கும் அலர்ஜியாகிவிட்டது. கடன் வாங்கவும் கூடாது; கொடுக்கவும் கூடாது. அப்பா சொல்லிக் கொடுத்த பாடம் அடிமனதில் ஆழப்

பதிந்துவிட்டது. பின்னாளில் பொருளாதார ரீதியாக நிறைய பிரச்னைகள் வந்து, கஷ்டப்பட்டபோதும் கடன் வாங்கவே கூடாது என்கிற உறுதியோடு இருந்தேன். உண்மையில் அந்த உறுதிதான் என்னைக் கஷ்டத்திலிருந்து மீட்டெடுத்தது.

பள்ளிப் பாடங்களை விட அனுபவம் மூலமாக நாம் கற்று க்கொள்ளும் பாடங்களே வாழ்க்கையில் கடைசிவரை நம்முடன் இருக்கும் என்பது அப்பாவின் கொள்கை. பள்ளிக்கூடங்களில் பாடங்களைப் படிக்கவேண்டும்; மற்ற நேரங்களில் வாழ்க்கையைப் படிக்க வேண்டும் என்பார். அவர் சொன்னது போலவே என்னுடைய வாழ்க்கையிலும் நடந்தது.

எனக்குக் கிடைத்த அனுபவங்கள்தான் ஒவ்வொரு இடத்திலும், ஒவ்வொரு செயலிலும் எனக்கு வெற்றியைப் பெற்றுத் தந்தன. அனுபவங்கள் மூலமாகவே நான் என்னைப் புரிந்து கொண்டேன்.

3

எங்கள் வீடு சாந்தோமில் இருந்தது. சின்ன வீடாக இருந்தாலும் தாத்தாவின் சொந்த வீடு. நான் பிறப்பதற்குச் சரியாக ஒரு வருஷம் முன்புதான் கட்டி முடித்திருந்தார்கள். கடைசிவரை கூட்டுக் குடும்பமாக இருந்துவிடவே எல்லோருக்கும் விருப்பமாக இருந்தது.

பாட்டி இறந்த பின்னர், எல்லோரும் கூட்டுக் குடும்பமாகத்தான் இருக்க வேண்டும் என்றார் தாத்தா. கூட்டுக் குடும்பத்திற்கே உரிய உரசல்கள், சர்ச்சைகள் எல்லாம் ஒரு பக்கம் இருந்தாலும் இறுதியில் தாத்தாவின் பிடிவாதமே ஜெயித்தது. சமீபத்தில் தான் பழைய வீட்டை இடித்துவிட்டுப் புதிதாகக் கட்ட ஆரம்பித்திருக்கிறேன்.

சின்ன வயதில் வரலாறுதான் எனக்குப் பிடித்தமான பாடம். சிந்துச் சமவெளி நாகரிகம் பற்றியெல்லாம் படித்த பின்னர் என்னையும் ஒரு வரலாற்று ஆராய்ச்சியாளராகவே நினைத்துக் கொண்டேன். பூமியில் புதையலும், கட்டங்களும் புதைந்து கிடப்பதாக நினைத்தேன். அதையெல்லாம் இப்போது நினைத்துப் பார்த்தாலும் வேடிக்கையாக இருக்கும்.

சிந்துச் சமவெளியில் மட்டுமல்ல சாந்தோமில்கூட தரையைத் தோண்டிப் பார்த்தால் பழைய கட்டடங்கள், புதையல்கள், செப்பேடுகளெல்லாம் கிடைக்கும் என்று திடமாக நம்பினேன். சாந்தோம் பகுதி, கடற்கரையை ஒட்டியது. ஆற்றோரங்களிலும், கடற்கரையோரத்திலும் நாகரிகம் வளர்ந்ததாக வரலாறு சொல்கிறது. சாந்தோம் பகுதியும் ஒரு காலத்தில் பெரிய நகரமாக இருந்திருக்கலாம். எனில், வரலாறு அங்கே புதையுண்டிருக் காதா என்ன?

சிந்துச் சமவெளி மக்கள் பேசிய மொழிக்கும் திராவிட மொழி களுக்கும் சம்பந்தம் உண்டு என்று வரலாற்று ஆசிரியர் சொன்ன போது ஆச்சர்யமாக இருந்தது. அவர்களும் ஒருவேளை தமிழ் பேசியிருப்பார்களோ? குறுகலான தெருக்கள், ஒவ்வொரு தெருவிலும் ஒரு கிணறு, வரிசையாக ஒரே அளவிலான வீடுகள், வீட்டில் குளிப்பதற்குத் தனி அறை, கழிவு நீர் வெளியேற்றம் என்று நம்மூரைப் போலத்தான் சிந்து சமவெளிப் பகுதிகளும் இருந்திருக்கின்றன என்று நினைத்துக்கொள்வேன்.

சிந்துச் சமவெளியில் நகரத்தின் குறுக்கே காக்கர் ஹக்ரா ஆறு ஓடியதாகச் சொன்னார்களே, ஒருவேளை நம்மூர் கூவம் போல் இருக்குமோ? முதுமக்கள் தாழி, முத்திரை, செப்பேடுகள், மணிகள் என்று இந்தியா முழுவதும் அவ்வப்போது ஏதேனும் தடயங்கள் கிடைத்துக்கொண்டே இருக்கின்றனவே. ஒரு வேளை சாந்தோமிலும் அப்படி ஏதாவது கிடைக்குமோ?

சாந்தோம் கூட இன்னொரு ஹரப்பா, மொகஞ்சதாரோவாக இருக்கலாம் என்று சொல்லிக்கொண்டேன். தோண்டிப்பார்த் தால் முதுமக்கள் தாழி, செப்பேடு என்று ஏதாவது சிக்கும். ஏன் யாரும் தோண்டவில்லை? அல்லது, எனக்கு அது தெரியாமல் போய்விட்டதா?

யோசித்துக்கொண்டே இருப்பதில் பலனில்லை, செயலில் இறங்கிவிடலாம் என்று முடிவுசெய்தேன். கடப்பாறை,

மண்வெட்டி ஆகியவற்றைப் பரணிலிருந்து தேடி எடுத்துக் கொண்டு வந்தேன். கொல்லைப்புறம் ஒரு சிறிய இடத்தைத் தேர்ந்தெடுத்தேன். இங்கே நிச்சயம் ஏதாவது அகப்படும். மெனக் கெட்டுச் சுத்தம் செய்தேன். பிறகு, தோண்ட ஆரம்பித்தேன். மூச்சிரைக்க இரண்டடி ஆழம் வரை தோண்டினேன். எட்டிப் பார்த்தேன். எதுவும் சிக்கவில்லை.

இந்த இடத்தில் எதுவும் இல்லை என்றது உள்மனம். வேறு இடமா இல்லை? பத்தடி தள்ளி இன்னொரு குழி ஓரடி ஆழம் வரை தோண்டினேன். அங்கேயும் எதுவும் கிடைக்கவில்லை. நான் தோண்டுவதைச் சித்தப்பா கவனித்துவிட்டார். ஏதாவது செடி வளர்க்கப் போறியாம்மா என்று கேட்டார். நான் விஷயத்தைச் சொன்னதும் சிரிக்க ஆரம்பித்தார். இங்கெல்லாம் தோண்டினா ஒண்ணும் கிடைக்காது. வெறும் எலும்புக் கூடுதான் வரும் என்றார்.

எலும்புக்கூடா? இதெல்லாம் சுடுகாடா சித்தப்பா என்று பயத்தோடு கேட்டேன். இல்லை, ரொம்ப வருஷங்களுக்கு முன்னால் இரண்டு நாய் செத்துப்போய் அதை இங்கேதான் பக்கத்தில் குழி தோண்டி புதைத்தோம், ஒருவேளை அதனுடைய எலும்புக்கூடு கூட இங்கே கிடைக்கலாம் என்றார்.

கடப்பாறை, மண்வெட்டியை அப்படியே போட்டுவிட்டு வந்துவிட்டேன். அந்தச் சம்பவத்துக்குப் பின்னர் வீட்டில் எனக்குத் தனிமையில் இருப்பதற்குக் கூடப் பயம். ஒரு வரலாற்று ஆய்வாளர் எலும்புக்கூட்டுக்குப் பயப்படுவாரா? தெரிய வில்லை.

•

செடி வளர்ப்பில் ஆரம்பம் முதலே ஆர்வம் இருந்தது. வீடெங்கும் குட்டி டப்பாக்களில் விதவிதமான செடிகள் வளர்த்தேன். எங்கள் வீட்டுக் கொல்லையில் சப்போட்டா வைத்தேன். நான் கல்லூரி படிக்கப்போவதற்குள் வளர்ந்து காய்க்க ஆரம்பித்துவிட்டது. பழத்தைப் பறித்துவந்து அரிசிப் பானைக்குள் வைத்துப் பதமான பின்னர் தோலை உரித்து, விதைகளை நீக்கி, ஜூஸ் தயார் செய்வேன்.

எல்லோரும் செடி வைக்கிறார்கள். எல்லா வீடுகளிலும் மரம் வளர்கிறது. எல்லோரும்தான் ஜூஸ் போடுகிறார்கள்.

மற்றவர்களிடம் இருந்து நான் மாறுபட்டுத் தனியே நிற்க வேண்டாமா?

சப்போட்டா ஜூஸில் ஏதாவது புதுமை செய்யவேண்டும் என்று நினைத்தேன். அதில் பால், சீனியெல்லாம் சேர்த்து அடுப்பில் வைத்து 5 நிமிடம் கொதிக்க வைத்தேன். சாக்லேட் வாங்கிவந்து பொடிப்பொடியாக நசுக்கி அதில் தூவினேன். நன்றாகக் கலக்கிவிட்டு இன்னும் கொஞ்சம் பால் சேர்த்துக் கொதிக்க வைத்த பின்பு அடுப்பிலிருந்து இறக்கினேன். சப்போட்டா சாக்லேட் ஷேக் தயார்!

ரொம்ப நல்லா இருக்கும்மா, பிரமாதம் என்றார் தாத்தா. எனக்குக் கிடைத்த முதல் பாராட்டு அது. சப்போட்டா சாக்லேட் ஷேக் வார இறுதிகளில் எங்கள் குடும்பத்தினர் விரும்பிச் சாப்பிடும் உணவு வகையாக மாறிப்போனது. வீட்டில் கிடைக்கும் பழவகைகளை வைத்து, சிறிய மாறுதல்கள் செய்து ஜூஸ் தயார் செய்வேன். ஒரே பாராட்டு மழையாக இருக்கும்.

நான் செய்ததெல்லாம் சின்னச் சின்ன மாறுதல்கள்தான். எதையும் நான் புதிதாகக் கண்டுபிடித்துவிடவில்லை. ஏற்கெனவே உள்ள செய்முறையில் ஏதாவது ஒரு புதுமை செய்வேன். அவ்வளவுதான். ஆனால், ஏகப்பட்ட பாராட்டுகளைத் தட்டிக் கொண்டு வந்துவிடுவேன்.

உதாரணத்துக்கு, தோசை. இட்லியும் தோசையும் தமிழ்நாட்டு மக்களின் தவிர்க்க முடியாத உணவு வகைகள்.எல்லா வீடுகளிலும் தோசை செய்வதுண்டு. ஆனால் தோசையில் வெரைட்டி என்பது மிகவும் குறைவு. நெய் ரோஸ்ட், மசால் தோசை, பொடி தோசை, கேரட் தோசை, தக்காளி தோசை, வெண்ணெய் தோசை, மிளகு தோசை என்றெல்லாம் ஏகப்பட்ட தோசை வகைகள் இப்போது வந்துவிட்டன. மட்டன் தோசை, சிக்கன் தோசை தெரியுமா?

மசால் தோசைக்கும் மட்டன் தோசைக்கும் பெரிய வித்தியாசமில்லை. மசாலாவுக்குப் பதிலாக மட்டன் வைத்து மடித்துக் கொடுத்தால் அது மட்டன் தோசை. முப்பது வருஷங்களுக்கு முன்னரே இதையெல்லாம் வீட்டில் செய்து காண்பித்து அசத்தியிருக்கிறேன்.

சமையல் மீது முதலில் ஆர்வம் வந்ததற்குக் காரணம் மேகி அத்தை. அப்பாவின் கடைசி தங்கை. அப்போது லேடி வெலிங்டன் கல்லூரியில் வேலை பார்த்து வந்தார். அத்தையாக இருந்தாலும் ஆத்மார்த்தமான தோழி. திருமணமாகி டெல்லிக்குப் போய் செட்டில் ஆவதற்கு முன்புவரை அத்தை தான் எனக்கு எல்லாமுமாக இருந்தார்.

மேகி அத்தைக்குச் சமையலில் நிறைய ஈடுபாடு உண்டு. சமைத்துப்பார் புத்தகத்தைக் கையில் வைத்துக்கொண்டு விதவிதமான உணவு வகைகள் செய்து காட்டுவார். சின்ன வயதில் எனக்கு மிகவும் பிடித்த தேங்காய் பர்ஃபி செய்து தருவார்.

பியூசி முடித்ததும் குயின் மேரீஸ் கல்லூரியில் சேர்ந்தேன். மருத்துவம் அல்லது தாவரவியல் படிக்க விருப்பம். ஆனால், சமூக அறிவியல்தான் கிடைத்தது. ஆண், பெண் என இருபாலர் படிக்கும் கல்லூரியில் சேர அப்பாவுக்கு விருப்பமில்லை. பெண்கள் கல்லூரியில் மட்டுமே படிக்க வேண்டும் என்றார். அப்பாவை மீறி எதுவும் செய்ததில்லை. எனவே அவர் விருப்பப்படி, சமூக அறிவியல் படிக்கலாம் என்று முடிவு செய்தேன்.

குயின் மேரீஸ் காலேஜ். பள்ளிக்கூடத்து வாழ்க்கைக்கும் கல்லூரி வாழ்க்கைக்கும் பெரிதாக வித்தியாசம் தெரியவில்லை. படிப்பில் பெரிய ஆர்வம் இருந்ததில்லை. மதிய உணவு இடைவேளைக் காக ஆர்வத்தோடு காத்திருப்பேன். அப்போதுதான் நண்பர் களைச் சந்திக்க முடியும்.

நண்பர்களோடு சேர்ந்து மரத்தடியில் உட்கார்ந்து சாப்பிடுவேன். பெரும்பாலும் வீட்டிலிருந்து சாப்பாடு எடுத்துக்கொண்டு வந்துவிடுவேன். யாராவது எடுத்து வராவிட்டால் எல்லோரும் ஒன்றாக கேண்டீனுக்குப் போவோம். அங்கே கிடைப்பதை வாங்கிச் சாப்பிடுவோம்.

பெரும்பாலான நாட்களில் கேண்டீனில் எப்போதும் கூட்டம் இருக்கும். நீண்ட வரிசையில் நின்று டோக்கன் வாங்கி, சாப்பிட்டு முடித்துவிட்டு வருவதற்குள் மதிய உணவு இடை வேளையே முடிந்துவிடும். சில சமயம் கொஞ்சம் தாமதமாகி

விட்டாலும் டோக்கன் தீர்ந்துவிடும். வேறு வழியின்றி, கல்லூரியை விட்டு வெளியே வந்து ஹோட்டலைத் தேடுவோம்.

ராமகிருஷ்ணா லஞ்ச் ஹோம். கல்லூரிக்கு பக்கத்தில் இருந்த ஒரே ஹோட்டல் அது ஒன்றுதான். என்னுடைய வாழ்க்கையைப் புரட்டிப் போட்ட முக்கியமான இடம். ஒரு வேளை அந்த ஹோட்டல் பக்கம் போகாமல் இருந்திருந்தால் வேறு எங்காவது இருந்திருப்பேனோ என்னவோ?

4

ராமகிருஷ்ணா லஞ்ச் ஹோம் காந்தி சிலைக்குப் பின்னால் கடற்கரையை ஒட்டி இருந்தது. நிறைய கூட்டம் வரும். விஸ்தாரமான இடம். நல்ல காற்று. அமைதியான சூழல். ஒரு மதிய நேரத்தில் நாராயணனை அங்கே சந்தித்தேன்.

வசீகரமான முகம். நல்ல நிறம். தலை முடி ரஜினி ஸ்டைலில் முன்னால் வந்து விழும். சுண்டி இழுக்கும் சின்னக் கண்கள். அவர்கள் படத்தில் ரஜினி வருவது போல் தடித்த ஃபிரேமில் கண்ணாடி போட்டிருப்பார். சொந்த ஹோட்டலில் வேலை பார்த்தாலும் அடக்கமாக இருந்தார். அவரது கனிவான பேச்சும், அபாரமான தன்னடக்கமும் என்னை வெகுவாகக்

கவர்ந்தன. அடிக்கடி ஹோட்டல் பக்கம் வர ஆரம்பித்தேன். வரும்போதெல்லாம் அவரைச் சந்தித்தேன்.

மெல்லிய புன்னகையில் ஆரம்பித்த எங்கள் பழக்கம் நட்பாகி, காதலில் முடிந்தது. நாராயணன், கட்டுப்பாடான பிராமணக் குடும்பத்தைச் சேர்ந்தவர். நானோ கிறிஸ்தவ மதத்தைச் சேர்ந்தவள். எங்களுக்குள் எப்படி வந்தது காதல்? இன்னும் தேடிக்கொண்டிருக்கிறேன் அதற்கான பதிலை.

சமையல் மீதான என்னுடைய ஆர்வம் ஒருவேளை என்னை நாராயணனை நோக்கி ஈர்த்திருக்கலாம் என்று இன்று தோன்று கிறது. என்னென்ன உணவு உணவு வகைகள் உள்ளன, அவற்றை எப்படித் தயாரிக்கிறார்கள் என்று ராமகிருஷ்ணா லஞ்ச் ஹோமில் இருந்து கற்றுக்கொள்ள ஆரம்பித்தேன். ஒரு கமர்ஷியல் கிச்சன் எப்படியிருக்கும் என்பதை அங்கே இருந்துதான் தெரிந்து கொண்டேன்.

நாராயணனும் என்னை உற்சாகப்படுத்தினார். அவரே அழைத்துப்போய் ஹோட்டல் ஊழியர்களிடம் என்னை அறிமுகப்படுத்தி வைத்தார். நாராயணனுக்குத் தெரிந்தவர் என்னும் அங்கீகாரம் எனக்கு மிகவும் உதவியாக இருந்தது. ஹோட்டலின் சமையல் அறை வரை சென்று பார்க்க எனக்குச் சிறப்பு அனுமதி அளிக்கப்பட்டிருந்தது.

சர்வர், சீஃப் குக், ஹோட்டல் ஊழியர்கள் என்று அனைவரும் எனக்குப் பரிச்சயமானவர்களாக மாறிப்போனார்கள். ஒரு கட்டத்தில், அவர்களோடு இணைந்து வேலை கற்றுக்கொள்ள ஆரம்பித்தேன். காய்கறி நறுக்குவதில் உதவி செய்தேன். அவர்களுக்கு ஆச்சர்யம். எதற்காக இதையெல்லாம் செய்து தருகிறாள்? இங்கிருந்து என்ன கற்றுக்கொள்ளமுடியும்? கற்றுக்கொண்டு என்ன செய்துவிடமுடியும்?

ஹோட்டலில் உட்கார்ந்து சாப்பிடும்போது சமையல் அறையில் நடப்பதை உன்னிப்பாகக் கவனித்துக்கொண்டிருப்பேன். எப்படிச் சமைக்கிறார்கள், எத்தனை பேருக்குத் தயார் செய் கிறார்கள் என்று பார்ப்பேன். அனைத்தும் பிரமிப்பாக இருக்கும். நேரம் போவது தெரியாமல் வேடிக்கை பார்ப்பேன்.

சாந்தோம், மயிலாப்பூர், மெரினா பகுதிகளில் உள்ள ஹோட்டல் களை விரல் விட்டு எண்ணிவிடலாம். ஹோட்டலுக்குப்

போவது என்பது அபூர்வமான ஒரு விஷயம். எப்போதாவதுதான் வெளியில் வந்து சாப்பிடமுடியும். சாந்தி விகார், ரத்னா கபே போனால்தான் புதுப்புது உணவு வகைகளைப் பார்த்து கற்றுக் கொள்ள முடியும்.

ராமகிருஷ்ணா லஞ்ச் ஹோமில் எனக்கு அப்படியொரு வாய்ப்புக் கிடைத்தது. அங்கே செய்யப்படும மெனு அனைத்தும் எனக்கு மனப்பாடம். சோளா பூரி எப்படி செய்வது என்பதை அங்குதான் கற்றுக்கொண்டேன்.

சோளா பூரி பற்றித் தெரியாதவர்கள் இன்று இல்லை. ஆனால் 30 வருஷங்களுக்கு முன்னால் சோளா பூரி அதிகம் பிரபலமாகாத பெயர். பெரிய ஹோட்டல்களில் மட்டுமே சாப்பிடக் கிடைக்கும். செய்முறையைப் பரம ரகசியமாகப் பாதுகாத்து வைத்திருந்தார்கள்.

என்ன பிரமாதம்! அளவில் பெரிய பூரி, அவ்வளவுதானே என்று அலட்சியப்படுத்திவிட முடியாது. பக்குவமாக மாவு பிசைந்து, உருட்டி, சரியான பதம் வரும் வரை காத்திருந்து பொரித்து எடுக்க வேண்டும். எந்நேரமும் சாப்பிடலாம். தொட்டுக்கொள்ள ஊறுகாய் போதும்.

ராமகிருஷ்ணா லஞ்ச் ஹோமில் நான் கற்றதை வீட்டில் அப்படியே செய்து பார்த்தேன். மைதாவைப் பிசைந்து உருட்டி, திரட்டி, பொரித்து பெரிய சைஸ் சோளா பூரியைச் செய்து காட்டியபோது பாராட்டினார்கள். எனக்குப் பரவசமாக இருந்தது. எனக்குப் பிடித்தமான உணவப் பட்டியலில் சோளா பூரி முண்டியடித்துக்கொண்டு முன்னே வந்துவிட்டது.

சோளாபூரி போலவே அப்போது கட்லெட், சமோசா செய்வதும் பெரிய விஷயம். இவற்றை வீட்டில் செய்ய மாட்டார்கள். வெளியிடங்களுக்குச் செல்லும்போது ஹோட்டலில் வாங்கிச் சாப்பிடுவதுண்டு. இவற்றையெல்லாம் ஹோட்டலில் மட்டுமே செய்ய முடியும் என்று நினைத்துக்கொண்டிருந்தார்கள்.

எங்கள் வீட்டிலும் அப்படித்தான். வழக்கமாக செய்யும் இட்லி, தோசை, பொங்கல், உப்புமாவைத் தாண்டி வெளியே வரமாட் டார்கள். எனவே, வீட்டில் கிடைக்காதவற்றை ருசிப்பதற்காக ஹோட்டலைத் தேடிச் சென்றேன். உடன் தோழிகளையும் அழைத்துக்கொள்வேன்.

விளைவு, வீட்டுச் சாப்பாடு வெறுத்துப் போனது. ஹோட்டல் சாப்பாடு ருசிக்க ஆரம்பித்தது.வித்தியாசமான, ருசியான உணவு வகைகளைத் தேடி மயிலாப்பூர் முழுக்கச் சுற்றி வந்திருக் கிறோம். கச்சேரி ரோடு ராயர் காபி கிளப், லஸ் கார்னர் அம்பி கபே என நாங்கள் போகாத இடமில்லை.

மயிலாப்பூர் மத்தளக்காரன் தெருவுக்கு அருகில் இருந்த ராயர் காபி கிளப் ரொம்பப் பிரபலம். அங்கே செய்யப்படும் மொறு மொறு ரவா தோசைக்காகப் பெரிய கூட்டமே காத்திருக்கும். இந்த ஹோட்டலின் விசேஷமே இதன் வாடிக்கையாளர்கள் பெரிய எழுத்தாளர்கள் என்பதுதான்.

அந்தக் காலத்தில் சினிமா கலைஞர்கள், வித்வான்கள், எழுத்தாளர்கள் ஆகியோர் ருசி வேட்டையில் ஆர்வத்துடன் ஈடுபட்டிருந்தனர். விதவிதமான ஹோட்டல்களைக் கண்டறிந்து விதவிதமான உணவு வகைகளை ரசிப்பதை வாடிக்கையாகக் கொண்டிருந்தனர். உணவு என்பது பசிக்கு உட்கொள்ள வேண்டிய ஒரு சமாசாரம் மட்டுமல்ல, அது ஓர் உன்னதமான தேடல் என்பதை அவர்கள் புரியவைத்தார்கள்.

ஹோட்டல் சாப்பாடு என்பது ஆடம்பரமான விஷயமாகவே இருந்தது. தெரியுமா இன்று நான் ஹோட்டலிருந்து சாப்பாடு வாங்கி வந்து சாப்பிட்டேன் என்று பெருமையோடு சொல்லிக் கொள்வார்கள். சினிமா பார்த்துவிட்டு ஹோட்டலில் சாப்பிட்டு விட்டு வருவது என்பது அப்போது அனைவருக்கும் விருப்ப மான பொழுதுபோக்காக இருந்தது. எனது நண்பர்கள் வட்டாரம் இந்த ரகம்தான்.

நண்பர்கள், கலைஞர்கள் மட்டுமின்றி, சமூகமே சாப்பாட்டு மோகம் கொண்டிருந்ததை உணர்ந்துகொண்டேன். யார் வீட்டில் என்ன சாப்பாடு என்று குமுதம் விவரமாகச் செய்தி வெளி யிட்டது. நடிகைகள் ஹோட்டலுக்கு வந்தால் அவர்கள் அனு பவங்கள் அழகான நடையில் எழுதி வெளியிடப்படும். படிப்ப தற்கு சுவாரஸ்யமாக இருக்கும்.

திருவல்லிக்கேணி பக்கம் போனால் ரத்னா காபி. அங்கே ஜாங்கிரி, மைசூர் பாக் என ஸ்வீட் வகைகள் பிரமாதமாக இருக்கும். கண்ணைப் பறிக்கும் வெள்ளை நிறத்தில் தேங்காய் சட்னி கிடைக்கும். இரண்டு இட்லிக்கு ஒரு மக் நிறைய நெய்

வாசத்தோடு சாம்பார் கொடுப்பார்கள். இட்லியைத் தொட்டுக் கொண்டு சாம்பாரைச் சாப்பிடுவேன்.

நியூ உட்லண்ட்ஸின் உப்புமா, சப்பாத்தி குருமாவுக்கு நான் ரசிகை. காசி அல்வாவும் வெகு பிரபலம். இன்றைக்கும் மசால் தோசை என்றாலே அது உட்லண்ட்ஸ்தான்.

சித்திரக்குளம் கிழக்கு மாட வீதியில் இருக்கும் கற்பகம் மெஸ்ஸை மறக்க முடியாது. காலை உணவு என்றால் கற்பகம் மெஸ்தான். இட்லி, வடை, மசால்தோசை, பாதாம் அல்வா ஆகியவற்றின் ருசியை இன்னமும் என்னால் மறக்க முடிய வில்லை. மாலை நேரங்களில் கிடைக்கும் அடை அவியலுக்கும் கீரை வடைக்கும் ஒரே பெரிய கூட்டமே காத்திருக்கும்.

சித்திரக்குளத்தில் கிழக்கு மாடவீதி முனையில் ரோஸ் மில்க் கிடைக்கும். அதுவொரு சாதாரணப் பெட்டிக்கடைதான். ஆனாலும் அவர்களது ரோஸ் மில்க் சென்னை முழுக்கப் பிரபலம். ரோஸ் மில்க் எப்படிச் சுவையாகத் தயாரிக்கிறார்கள் என்பதைத் தெரிந்து கொள்வதற்காகவே நிறைய தடவை சித்திரக்குளம் வந்திருக்கிறோம். பல வருடங்களுக்குப் பிறகு தான் ரகசியம் தெரிய வந்தது. காய்ச்சாத பால்தான் சுவைக்குக் காரணம்.

லஸ் கார்னர் அம்பி கபேயில் ஸ்வீட் சஃபாரி சாப்பிட்டுவிட்டு, சாந்தோம் சர்ச் வரை நடந்து வருவோம். வார இறுதிகளிலும் விடுமுறை தினங்களிலும் தவறாமல் மயிலாப்பூரை முற்றுகை யிடுவோம்.

அசைவ உணவு வகைகள் என்றால் புகாரி ஹோட்டல்தான். முதன்முதலாக முட்டை பரோட்டோ சாப்பிட்டது இங்கேதான். சிலோன் முட்டை பரோட்டா இங்கே பிரபலம். சிக்கன், மட்டன் ஃபிரை அனைத்தும் எட்டணாவுக்குக் கிடைக்கும். கையில் ஒரு ரூபாய் இருந்தால் போதும், அனைத்து அசைவ உணவு வகை களையும் ருசி பார்த்துவிடலாம்.

மவுண்ட் ரோடு சங்கம் ஹோட்டலில் முட்டை ஆப்பம் கிடைக்கும். வீட்டில் மாதம் இருமுறை வெளியே சாப்பிட அழைத்துப்போவார்கள். வெஜ் சாப்பிடவேண்டும் என்றால் சாந்தி விகார். நான் வெஜ்ஜாக இருந்தால், புகாரி.

சென்ட்ரல் ரயில் நிலையம் அருகில் இருந்த புகாரி ஹோட்டல், மவுண்ட் ரோடு புகாரி ஹோட்டல் இரண்டுமே என்னுடைய விருப்பமான இடங்கள். ஏகப்பட்ட வட இந்திய உணவு வகைகளை இங்கு பார்க்க முடியும். பஞ்சாப் டால் மகானி, டெல்லி தந்தூரி சிக்கன், பீகார் காஜா, மகாராஷ்ட்ரா வடா பாவு, ஒரிஸ்ஸா ரஸபல்லி, சண்டிகர் பட்டர் சிக்கன் என மினி பாரத விலாஸைத் தரிசிக்க முடியும்.

மெரினாவில் இருந்த புகாரி ஹோட்டலுக்குப் பல முறை நண்பர்களோடு போயிருக்கிறேன். கமகமமென்று மணக்கும் பிரியாணி என்னுடைய ஆல் டைம் ஃபேவரைட். அங்கிருக்கும் ஜூக் பாக்ஸில் ஓரணா போட்டு பாட்டுக் கேட்கலாம். வீட்டில் சேர்த்து வைத்த நிறைய சில்லறைகளை எடுத்து வந்து ஜூக் பாக்ஸில் போட்டு 'பார்த்த ஞாபகம் இல்லையோ!' கேட்பேன்.

மவுண்ட் ரோடு தீயணைப்பு நிலையத்துக்கு எதிரே கண்ணகி ரெஸ்டாரண்ட் இருந்தது. முனியாண்டி விலாஸ் போல் அனைத்து நான் வெஜ் உணவு வகைகளும் அழகாகப் பரிமாறப் படும். ரெஸ்டாரண்ட் வித்தியாசமான முறையில் அலங்கரிக்கப் பட்டு, கவரும் வகையில் அமைந்திருக்கும்.

மண்ணடி போகும் வழியில் ஒரு பஞ்சாபி தாபா உண்டு. அங்கே தான் குல்ச்சா, க்ரீன் கிராம், மட்டன் புலாவ் போன்ற வட இந்திய உணவு வகைகள் தாராளமாகக் கிடைக்கும். பாம்பே மீல்ஸ், பஞ்சாபி தாபாவில் வெகு பிரசித்தம்.

5

இந்தியா சுதந்தரமடைவதற்கு முன்னால் ஆரம்பிக்கப்பட்ட உணவகம், ராமகிருஷ்ணா லஞ்ச் ஹோம். பாரி முனையில் ஹோட்டலின் தலைமைக் கிளை இருந்தது. அதன் இன்னொரு கிளை, மெரினாவில் காந்தி சிலைக்குப் பின்னால் இருந்தது.

மங்களூர் போண்டா, இங்கே ஸ்பெஷல். ரசத்தில் தோய்ந்த வடையை அறிமுகப்படுத்தியவர்கள் இவர்களே. செட் தோசையும் பிரபலம்.

ஹோட்டல்கள் மட்டுமல்ல, ஏராளமான மெஸ்களுக்கும் சென்றிருக்கிறோம். தேடிக் கண்டுபிடித்து நண்பர்களோடு சென்று சாப்பிட்டு

வந்திருக்கிறேன். திருநெல்வேலி, மதுரை, தஞ்சாவூர், காரைக்குடி, கோயம்புத்தூர் என ஒவ்வொரு பகுதிக்கும் தனி ருசியும், பக்குவமும் உண்டு.

திருவல்லிக்கேணி மெஸ், பார்த்தசாரதி கோயிலுக்கு இணை யாகப் பிரபலமானது. திருவல்லிக்கேணி பாரதியார் நினைவு இல்லத்துக்குப் பக்கத்தில் உள்ள கற்பக விநாயகர் மெஸ்ஸில் மதிய உணவு சாப்பிடுவோம்.

திருவல்லிக்கேணி நெடுஞ்சாலைக்கும் அண்ணா சாலைக்கும் இடையே ஏராளமான அசைவ மெஸ்கள் உள்ளன. இறால் பிரியாணி, கோழி பிரியாணி தவிர சிறப்பு ஒரிஸ்ஸா உணவு வகைகளும் மலிவான விலையில் கிடைக்கும்.

ஆந்திரா மெஸ் பற்றிச் சொல்லவே வேண்டாம். கோங்குரா ஊறுகாய் வகைகளுக்காகவே ஆந்திரா மெஸ் போயிருக்கிறோம். தேவி தியேட்டர் பின்புறம் ஒரு ஆந்திரா மெஸ் உண்டு. எனக்குப் பிடித்தமான ஓரிடம் அது.

•

பெண்கள் தனியாக ஹோட்டலுக்குப் போய் சாப்பிடுவது இப்போதே அபூர்வமாகத்தான் இருக்கிறது. அப்போதும் அப்படித்தான். பெரும்பாலும் நண்பர்களுடன்தான் நான் செல்வேன். யார், என்ன பேசினாலும் கவலைப்படமாட்டேன்.

கொஞ்சம் காசு கையில் சேர்ந்தால் உடனே சமையல் புத்தகம் வாங்கிவிடுவேன். வீட்டில் பாடப் புத்தகங்களை விடச் சமையல் புத்தகங்களே அதிகம் இருக்கும். தேடிப்பிடித்து ரெசிபிக்களைச் சேகரித்து நோட்டுப் புத்தகத்தில் ஒட்டி வைப்பேன்.

என் தம்பிக்கும் இதே ஆர்வம் இருந்தது ஆச்சர்யம். விடுமுறை நாட்களில் சமையல் அறையில் நான் செய்யும் சோதனைகளுக்கு அவன்தான் முதல் பலி. எப்போதும் எனக்கு உதவியாக இருப்பான்.

ஒரு பக்கம் சமையல், இன்னொரு பக்கம் காதல். வாழ்க்கை சுவாரஸ்யமாகச் சென்றுகொண்டிருந்தது. என்னுடன் படித்தவர் கள் மெரினா பீச்சில் கூடிக் கதை பேசி, பொழுது போக்கியபோது

நான் மட்டும் ஏனோ ராமகிருஷ்ணா லஞ்ச் ஹோமில் பழியாகக் கிடந்தேன்.

எங்கள் காதல் ரகசியமாக வளர்ந்தது. மதிய இடைவேளையின் போது மட்டுமே நாராயணனைப் பார்த்துப் பேச முடியும். மிஞ்சிப் போனால் அரை மணிநேரம் அல்லது முக்கால் மணி நேரம் கிடைக்கும்.

நான்கு மணிக்குக் கல்லூரி முடிந்ததும் லேடீஸ் ஸ்பெஷல் பஸ் பிடித்து வீட்டுக்கு வந்தாகவேண்டும். குயின் மேரீஸ் கல்லூரி யிலிருந்து சாந்தோம் வீட்டுக்கு வந்து சேர அரை மணி நேரம் ஆகும். நாலரைக்குள் வந்து சேராவிட்டால் வீட்டிலிருந்து யாராவது என்னைத் தேடிக்கொண்டு வந்துவிடுவார்கள்.

●

1977ல் நான் இரண்டாமாண்டு படித்துக்கொண்டிருந்தபோது, எங்கள் காதல் விவகாரம் நாராயணன் வீட்டினருக்குத் தெரிந்து விட்டது. எதிர்பார்த்தபடியே, அவர்களிடமிருந்து பலத்த எதிர்ப்பு. மதம்தான் எங்கள் காதலுக்குப் பெரிய முட்டுக்கட்டை யாக இருந்தது. நாராயணனால் அவர்கள் பெற்றோரைச் சமாதானப்படுத்த முடியவில்லை.

என் வீட்டிலும் அதுவேதான் நிலைமை என்று எனக்குத் தெரியும். என் அப்பா ஒரு கன்சர்வேடிவ் கிறிஸ்தவர். விஷயம் தெரிந்தால், களேபரம் ஆகிவிடும்.ஆகவே யாரிடமும் சொல்லாமல் ரகசிய மாக வைத்திருந்தேன்.

இரண்டு குடும்பங்களும் நம்மை ஏற்றுக்கொண்டு, பூரணச் சம்மதம் தெரிவித்த பிறகே நம்முடைய திருமணம் நடைபெற வேண்டும் என்று சொல்லியிருந்தேன். படிப்பு முடிந்ததும் ஒரு நல்ல வேலையைத் தேடிக்கொண்டு பிறகு சொல்லலாம் என்று நினைத்தேன். கடினம்தான் என்றாலும் நிச்சயம் சம்மதம் பெற்றுவிடலாம் என்று நம்பிக்கையளித்தேன்.

இப்படியே காத்திருந்தால், திருமணம் சாத்தியப்படாது என்றார் நாராயணன். பேசிப் புரிய வைப்பது சாத்தியமில்லை, யாருக்கும் தெரியாமல் வீட்டைவிட்டு வெளியேறி திருமணம் செய்து கொள்வதைத் தவிர வேறு வழியில்லை என்றார் அவர். எதிர்காலம் குறித்து நாங்கள் விவாதித்தோம்.

‘வீட்டை விட்டு வெளியே வர தயார். ஆனால் படிப்பு முடியும் வரை காத்திருக்கலாமே!’

‘கல்யாணத்துக்கு அப்புறம் நீ தாராளமா என்ன வேணும்னாலும் படி. எனக்கு எந்தப் பிரச்னையும் இல்லை. இப்போ நிலைமை சரியில்லை. வீட்டில எதிர்ப்பு அதிகமாயிடுச்சு. தீவிரமா பெண் பார்க்க ஆரம்பிச்சுட்டாங்க. வேற வழியே இல்லை. நாம் ரிஜிஸ்டர் மேரேஜ் பண்ணிக்கலாம்.’

பயமாகவும் திகைப்பாகவும் இருந்தது. பதிவுத் திருமணம் பற்றி கேள்விப்பட்டிருக்கிறேன் என்றாலும் விவரங்கள் தெரியாது. எப்படிச் செய்யவேண்டும்? வீட்டுக்குத் தெரிந்துவிட்டால் என்ன ஆகும்?

நாராயணன் அமைதிப்படுத்தினார்.

‘கவலைப்படாதே. எல்லா ஏற்பாடுகளையும் நான் பார்த்துக் கறேன். உன்னோட பியூசி மார்க் ஷீட் மட்டும் கொண்டுவா.’

சரி என்றேன்.

‘அடுத்த மாசம் கல்யாணம்!’ என்றார் நாராயணன்.

6

காதலிக்க ஆரம்பித்து மூன்று மாதங்களுக்குள் பதிவுத் திருமணம் நடந்து முடிந்துவிட்டது. எது பற்றியும் யோசிக்கவில்லை நான். எந்தப் பிரச்னையும் இல்லாமல், யாருக்கும் தெரியாமல் திருமணம் முடிந்துவிட வேண்டும் என்னும் தவிப்பு மட்டுமே வாட்டிக்கொண்டிருந்தது. அந்த வயதுக்கே உரிய குறுகுறுப்பு, விளைவுகளை யோசிக்கமுடியாமல் செய்துவிட்டது. எல்லாம் கண்ணிமைக்கும் நேரத்தில் முடிந்துவிட்டது.

செப்டம்பர் 4, 1977 அன்று என் பதிவுத் திருமணம் நடந்தது. பாரிமுனைக்கு சுற்றுலா போய் வந்தது போல் இருந்தது. எதுவுமே நடக்காதது போல்

வீட்டுக்குத் திரும்பிவிட்டேன். யாருக்கும் சந்தேகம் ஏற்படாத படி நடந்து கொண்டேன்.

இப்போது நான் மணமான பெண். பழைய பேட்ரீஷியா அல்ல. அன்றாட வாழ்க்கையில் எந்த மாற்றமுமில்லை. காலையில் எழுந்து வழக்கம் போல் கல்லூரிக்குப் போனேன். மதிய இடைவேளையில் நாராயணனை, இல்லை, இல்லை, என் கணவரைப் பார்த்துப் பேசினேன். மாலையில் வீடு திரும்பி வழக்கமான வேலைகளைச் செய்தேன்.

திருமணம் எவ்வளவு பெரிய விஷயம் என்பது அப்போது எனக்குப் புரியவில்லை. இருபதாவது பிறந்த நாள் கொண்டாடி இரண்டு மாதங்கள்கூட ஆகவில்லை. ஒரு சில நாள்களில் புரிந்து விட்டது. ஆழ்ந்து யோசித்து எடுக்கப்பட்டிருக்கவேண்டிய ஒரு முடிவை நான் அவசரத்தில் எடுத்துவிட்டேன்.

திருமணமாகி ஒரு மாதம் ஆவதற்குள், நாராயணனிடம் நிறைய மாற்றங்களைப் பார்க்க முடிந்தது. என்னிடம் முகம் கொடுத்து சரியாகப் பேச முடியவில்லை அவரால். வேலையில் இருந்த ஆர்வம் குறைந்து போனது. போதாததற்கு, குடிப்பழக்கத்துக்கும் அடிமையாகியிருந்தார்.

முன்னரே அவருக்குக் குடிப்பழக்கம் இருந்தது எனக்குத் தெரியா மல் போய்விட்டது. அவருடைய நண்பர்களிடம் விசாரித்தேன். முன்பு எப்போதாவது குடிப்பார், திருமணத்துக்குப் பிறகு, தினமும் குடிக்கிறார் என்றார்கள்.

என் மண வாழ்க்கையே இன்னும் ஆரம்பமாகாத நிலையில், நாராயணனின் குடிப்பழக்கம் பெரும் அதிர்ச்சியை ஏற்படுத் தியது. இதோ உங்கள் மாப்பிள்ளை என்று சொல்லி எப்படி என் அம்மா, அப்பாவிடம் இவரை அறிமுகப்படுத்துவேன்? காபி, டீ குடிக்கும் பழக்கம்கூட இல்லாத அப்பாவிடம் நாராயணனைப் பற்றி எப்படிச் சொல்வேன்?

நாராயணனின் நண்பர்கள் என்னைத்தான் குறை கூறினார்கள். திருமணமாகியும் சேர்ந்து வாழாமல் இருப்பதால்தான் மனம் உடைந்து குடிப்பழக்கத்துக்கு அவர் அடிமையாகிவிட்டார் என்று குற்றம்சாட்டினார்கள்.

என்னால்தானே இப்படி ஆனது என்கிற குற்ற உணர்ச்சி ஒரு பக்கம்; எப்படியாவது திருத்தி அவரை பழைய நிலைக்குக்

கொண்டு வரவேண்டும் என்கிற பதைபதைப்பு இன்னொரு பக்கம். என்ன செய்யவேண்டும் என்று எனக்கே தெரிய வில்லை.

நாராயணனிடம் மனம் விட்டுப் பேசவேண்டும் என்று முடிவு செய்தேன். ஒரு சனிக்கிழமை ஸ்பெஷல் கிளாஸ் இருப்பதாக வீட்டில் சொல்லிவிட்டு ஹோட்டலுக்கு வந்தேன். நாராயண னுடன் மெரினா பீச் மணலில் உட்கார்ந்து பேச ஆரம்பித்தேன்.

ஒரு மணி நேரம் தொடர்ந்து நான் பேசியபடியே இருந்தேன். நாராயணன் என்னை நிமிர்ந்து கூடப் பார்க்கவில்லை. ஒரு பதிலும் சொல்லாமல் வானத்தைப் பார்த்துக்கொண்டிருந்தார்.

'நீங்க குடிக்கிறதை நிறுத்தப் போறீங்களா, இல்லையா?'

'முதல்ல நீ என்கூட குடித்தனம் நடத்தற வழியைப் பாரு.'

'நீங்க இப்படி குடிச்சுட்டே இருந்தா உங்களை நம்பி எப்படி வந்து குடித்தனம் நடத்தறது?'

கேட்ட கேள்விக்குப் பதில் இல்லை. நாராயணன் எழுந்து விறு விறுவென்று நடக்க ஆரம்பித்தார்.

என் மீதும் தவறு இருந்தது உண்மைதான். பதிவுத் திருமணத் துக்குப் பின்னர் என்ன செய்யப்போகிறோம் என்பதை முன் கூட்டியே நான் திட்டமிட்டிருக்கவேண்டும். எவ்வளவு காலத் துக்கு இப்படியொரு போலி வாழ்க்கை நடத்துவது?

என்னைக் காதலித்து, எனக்காக மதம் மாறவும் தயாராக இருந்த நாராயணனுக்கு நான் என்ன செய்திருக்கிறேன்? என்ன செய்யப் போகிறேன்?

ஒரு மாதம் ஓடிவிட்டது. அடுத்து என்ன செய்யவேண்டும்? எப்படி வீட்டில் விஷயத்தைச் சொல்வது?

பயம். பதட்டம். தயக்கம். அனைத்தும் சேர்ந்து என்னை உலுக்கிக்கொண்டிருந்தன. இப்படியே தயங்கிக்கொண்டிருப் பதில் அர்த்தமில்லை. நிலைமை மேலும் விபரீதம் ஆவதற்குள் சொல்லிவிடவேண்டியதுதான். என்னவென்று சொல்வது? எடுத்தவுடன், பதிவுத் திருமணம் முடிந்து விட்டது என்று

சொன்னால் கோபப்பட மாட்டார்களா? அந்தக் கோபத்தை எப்படி எதிர்கொள்வது?

ஆனால் ஒரு விஷயத்தில் உறுதியாக இருந்தேன். இனியும் நாராயணனைத் தனியே விடுவது நல்லதல்ல. அவருடன் இணைந்து வாழ்வதுதான் சரியான தீர்வு. ஒரே தீர்வும்கூட.

யோசித்தபடியே பஸ்ஸை விட்டு இறங்கி வீட்டுக்கு நடந்து போனேன். அங்கே எல்லோரும் எனக்காகக் காத்திருந்தார்கள். உள்ளே நுழைந்ததும், எங்கே போயிட்டு வர்றே? என்று கடுமையான குரலில் கேட்டார் அப்பா.

பதில் சொல்ல ஆரம்பிப்பதற்குள் கையில் அந்தக் கவரைத் திணித்தார். இதெல்லாம் உண்மைதானா? என்றபடியே உக்கிர மாக என்னைப் பார்த்தார்.

கையில் வாங்கினேன். அனுப்புனர் முகவரியில் நாராயணனின் பெயரும் முகவரியும் இருந்தது. கவரைப் பிரிப்பதற்குள் உள்ளிருந்து ஒரு காகிதம் பொத்தென்று வெளியே வந்து விழுந் தது. என்னுடைய திருமண சான்றிதழின் நகல்.

எல்லாம் வெட்ட வெளிச்சமாகிவிட்டது. இனியும் மறைக்க முடியாது. அழுதபடியே அம்மா, அப்பாவிடம் நடந்ததை விவரித்தேன். வீடு ரணகளமானது.

அம்மாவுக்கும் அப்பாவுக்கும் பெரிய அதிர்ச்சி. நான் இப்படி யெல்லாம் செய்வேன் என்று அவர்கள் எதிர்பார்க்கவேயில்லை. காதல், பதிவுத் திருமணம் வரை போனதை அவர்களால் ஜீரணிக்க முடியவில்லை.

என்னிடம் ஒரு வார்த்தை கூட நீ சொல்லவில்லையே என்று அம்மா அழுதாள். தம்பி, தங்கையெல்லாம் என்னை விட்டு ஓரடி தள்ளி நின்று கொண்டார்கள். உலகமே இடிந்து என்னுடைய தலையில் விழுந்தது போன்ற உணர்வு.

ஆறுதல் வார்த்தைகள் சொல்லி, அமைதிப்படுத்துவதற்கு உறவினர்கள் உதவிக்கு வந்தார்கள். நடந்தது நடந்துவிட்டது; இனி நடக்கவேண்டியதைப் பற்றி மட்டுமே பேசுவோம் என்று சமாதானப்படுத்தினார்கள். முறைப்படிப் பேசி, எல்லோரையும்

அழைத்து, திருமணம் நடத்திவிடலாம் என்று முடிவு செய்யப் பட்டது.

ஆனால், நாராயணன் வீட்டில் கடைசி வரை இதற்கு ஒப்புக் கொள்ளவில்லை. எங்களுக்கு இப்படியொரு பிள்ளை இருப்ப தையே மறந்துவிட்டோம் என்று சொல்லி ஒதுங்கிக் கொண்டார்கள்.

டிசம்பர் 12, 1977. பதிவுத் திருமணம் முடிந்து சரியாக 100வது நாள். புரசைவாக்கம் தேவாலயத்தில் எங்கள் திருமணம் முறைப்படி நடந்து முடிந்தது. உறவினர்கள், நண்பர்கள் எல்லோரும் வந்திருந்தார்கள். அப்பாவும் வந்திருந்து ஆசீர்வதித்தார், ஆனால் என்னிடம் ஒரு வார்த்தை கூடப் பேசவில்லை.

7

ஒரு சிறிய இடத்தில் தனிக்குடித்தனம் போனோம். இனியாவது வாழ்க்கை நிம்மதியாக இருக்கும் என்று நினைத்தேன். அதே ஹோட்டலில் நாராயணன் தொடர்ந்து வேலை பார்த்து வந்தார்.

முதல் வருடத்தில், பிரவீன் பிறந்தான். அடுத்து பிரதீபா. நாராயணன் திரும்பவும் குடிக்க ஆரம்பித்தார். சரியான வருமானம் இல்லாததால் வீட்டுச் செலவுக்குத் திண்டாட வேண்டியிருந்தது.

நாராயணனுக்கு ஹோட்டலில் தினமும் பத்து ரூபாய் கொடுப்பார்கள். எழுபதுகளில் தினமும் பத்து ரூபாய் என்பது பெரிய வருமானம்.

ஆனால், அதையும் குடித்துச் செலவழித்துவிட்டு வந்து விடுவார். இருபது வருடங்கள் கஷ்டமென்றால் என்ன வென்றே தெரியாமல் வளர்க்கப்பட்டவள் நான். திருமணமான இரண்டு ஆண்டுகளில் சகல கஷ்டங்களையும் அனுபவிக்க வேண்டியிருந்தது.

ருசியில் திளைத்துக்கொண்டிருந்த எனக்கு முதல் முறையாகப் பசியின் பொருள் புரிந்தது.

கோபம், கருத்து மோதல், மனத்தாங்கல் என்று ஆரம்பமான சிக்கல் கடுமையான விவாதங்களைக் கடந்து விஸ்வரூபம் எடுத்து, அடிதடி, சண்டை அளவுக்கு முற்றிப்போனது. பல நாள்கள் தனிமையில் அழுதிருக்கிறேன்.

தற்கொலைக்கும் முயற்சி செய்திருக்கிறேன். தற்கொலை செய்துக்கொள்வதாக மிரட்டினால் அனுதாபம் கிடைக்கும் என்று அசட்டுத்தனமாக நடந்து கொண்டேன். ஆனால் நாராயணன் எதைப் பற்றியும் கவலைப்படவில்லை.

நான் இருந்தாலும், இறந்தாலும் அவருக்குக் கவலையில்லை என்பது தெரிந்தது. என்னுடைய முடிவை மாற்றிக்கொண்டேன். எதற்காக நான் தற்கொலை செய்துகொள்ள வேண்டும்? என்னை நம்பி இரண்டு குழந்தைகள் இருக்கின்றன. அவர்களை யார் காப்பாற்றுவது?

இது நீயே வேண்டி விரும்பி தேடிக்கொண்ட வாழ்க்கைதானே என்று சொந்தங்கள் குறை சொன்னார்கள். காதல் திருமணத்தில் இதெல்லாம் சகஜம் என்றார்கள் நண்பர்கள்.

என்ன கஷ்டமென்றாலும் அம்மா, அப்பாவிடம் போய் உதவி கேட்கக்கூடாது என்று வைராக்கியத்தோடு இருந்தேன். நாராயணனைத் திருத்தி, பழைய நிலைக்குக் கொண்டு வர என்னாலான முயற்சிகளை விடாமல் எடுத்துக்கொண்டிருந் தேன்.

ஒரு பிரபல டாக்டரிடம் ஆலோசனைக்குச் சென்றால் குடிப் பழக்கத்தைக் கைவிட வாய்ப்பு உண்டு என்றார்கள். டாக்டரிடம் நேரம் வாங்கி, நாராயணனை அழைத்துச் சென்றேன். ஆரம் பத்தில் மறுத்தவர் பின்னர் என்னுடன் வருவதற்கு ஒப்புக் கொண்டார்.

சிகிச்சை ஆரம்பமானது. நாராயணனை எப்போதும் நேரடி கண்காணிப்பில் வைத்துக்கொள்வது நல்லது என்று டாக்டர் சொன்னதால் எந்நேரமும் அவர் கூடவே இருந்தேன். ஆனால், சிகிச்சையால் எந்தப் பலனும் ஏற்படவில்லை.

சிகிச்சைதான் முடிந்துவிட்டதே, இனி எந்தத் தடையுமின்றிக் குடிக்கலாம் என்று நாராயணன் மீண்டும் பழக்கத்தை ஆரம்பித்து விட்டார். மருத்துவரிடம் விசாரித்தேன். அவர் தெளிவாகச் சொல்லிவிட்டார். இதோ பாரம்மா, அவரது ஒத்துழைப்பின்றி எத்தகைய சிகிச்சைகள் கொடுத்தாலும் பலன் கிடைக்காது. அவருக்கு வேறு பிரச்னை எதுவுமில்லை. உங்கள் மீது அவருக்குக் கோபமோ, ஈகோவோ இல்லை. அவராக மாறினால் மட்டுமே குடிப்பழக்கத்திலிருந்து வெளியே வரமுடியும். நாம் செய்வதற்கு ஒன்றுமில்லை.

பாதியில் நின்று போன என்னுடைய படிப்பையும் தொடர முடியாத சூழ்நிலை. நாராயணனைத் திருத்தி, நல்ல நிலைக்குக் கொண்டு வரும் நம்பிக்கையும் போய்விட்டது. வருமானத்துக்கு ஏதாவது வழி செய்தாக வேண்டும். மகனைப் பள்ளியில் சேர்த்தாக வேண்டும்.

அந்த நேரத்தில்தான் தாத்தா இறந்து போனார். அப்பா நைட் ஷிஃப்ட் போகும் நேரமாகப் பார்த்து அம்மா, சித்தப்பா, சித்தி என எல்லோரிடமும் வீட்டு நிலைமையைச் சொன்னேன். துக்க வீடு இன்னும் கொஞ்சம் துயரமானது. பேசாமல் கிளம்பி இங்கேயே வந்துவிடு என்றாள் அம்மா. ஏதாவது ஒரு வேலையைத் தேடிக்கொள். நாராயணன் தானாக வழிக்கு வருவார் என்றார் சித்தப்பா.

அதுதான் சரி என்று எனக்குத் தோன்றியது. ஆனால், தினமும் அடி, உதையைத் தாங்க முடியவில்லை. வீட்டை விட்டு கொஞ்ச நாள் வெளியே இருந்தால் அவர் திருந்துவார் என்று நினைத்து சாந்தோம் வீட்டுக்கு வந்தேன். என்னுடைய நம்பிக்கை வீண் போனது.

நாராயணன் முழுக்கக் குடிக்கு அடிமையாகிப்போனார். குடிப்பது தவிர, சீட்டாட்டம், போதை மருந்து என்று என்று புதிய சகவாசங்களும் ஒட்டிக்கொண்டன.

எஞ்சியிருந்த நம்பிக்கையும் தகர்ந்துபோனது. இனியும் நாராயணனுடன் இருந்தால் எதிர்காலம் இல்லை என்று

தோன்றியது. அவரது குடும்பத்தினரும் ஒதுங்கி சென்றுவிட்டார்கள். நண்பர்கள் வட்டாரமும் மாறிவிட்டது.

போதையின் உச்சியில் இருக்கும்போது யாராலும் அவரைக் கட்டுப்படுத்த முடியாமல் போய்விட்டது. குழந்தைகளை அழைத்துக்கொண்டு நிரந்தரமாக வீட்டை விட்டு வெளியேறி விடலாம் என்று முடிவு செய்தேன்.

ஆனால், எங்கே போவது? பிறந்த வீட்டுக்குப் போவதுதான் ஒரே வழி என்று தோன்றியது. ஆனால், அப்பாவை நினைத்தால் பயமாக இருந்தது. அம்மா, தம்பி, சித்தப்பா குடும்பத்தினரிடம் பிரச்னை இருக்காது. அப்பா ஏற்றுக்கொள்வாரா?

துணிந்து சென்றேன். இரண்டு பிள்ளைகளோடு வீட்டு வாசலில் நின்றபோது, கட்டியணைத்து அம்மா ஆறுதல் சொன்னாள்.

அப்பா என்னிடம் ஒரு வார்த்தை கூடப் பேசவேயில்லை. ஆனால், என்னை அவர் கைவிடவில்லை. ஓர் அகதியாக நினைத்து எனக்கு அடைக்கலம் கொடுத்தார்.

8

வாழ்க்கையில் எனக்குக் கிடைத்த முதலும் கடைசியுமான பெரும் தோல்வி அதுதான். நான் எடுத்த முடிவுகளே எனக்கு எதிராகத் திரும்பி விட்டதை என் கண்களால் கண்டேன். ஒருவகையில் இது எனக்கு அளிக்கப் பட்டிருக்கும் தண்டனைதான் என்று எனக்கு நானே சொல்லிக்கொண்டேன். உண்மையும் அதுதானே?

பாதிப்பு எனக்கு மட்டுமா? குழந்தை கள், அப்பா, அம்மா, குடும்பத்தினர் அனைவரையும் அல்லவா சோகத்தில் மூழ்கடித்துவிட்டேன்! நான் திரும்பி வந்ததில் சாந்தோம் வீடே சோக மயமாகிவிட்டதை மறுக்கமுடியுமா? நான் வீட்டோடு திரும்பி வந்துவிட்ட

கவலை எல்லோரிடமும் இருந்தாலும் குழந்தைகளின் உற்சாகம் குறையாமல் பார்த்துக்கொண்டார்கள்.

இனி நாராயணனை மறந்துவிடவேண்டும் என்று முடிவு செய்தேன். அப்போதெல்லாம் விவாகரத்து என்பது பெரிய விஷயம். அந்த வார்த்தையை ஒரு பெண் பயன்படுத்தினாலே பலரது கேலிக்கும் கிண்டலுக்கும் ஆளாக வேண்டியிருக்கும். தீண்டத்தகாதவரைப் போல் பார்ப்பார்கள்.

விவகாரத்து பற்றி யோசித்து நேரத்தையும்,பணத்தையும் வீணடிக்க நான் தயாராக இல்லை. நாராயணனிடமிருந்து மானசீகமாக விவகாரத்து வாங்கிக்கொண்டு குழந்தைகளின் எதிர்காலம் பற்றி யோசிக்க ஆரம்பித்தேன்.

எந்தவிதத்திலும் வீட்டுக்குப் பாரமாக இருக்கக்கூடாது என்பதில் தெளிவாக இருந்தேன். அவர்கள் அப்படி நினைக்கமாட்டார்கள் என்ற போதிலும். படிப்பையும் சரியாக முடிக்கவில்லை. வேறு வேலையும் கிடைக்காத நிலை. என்னுடைய செலவுகளுக்கும், பிள்ளைகளைப் படிக்க வைப்பதற்கும் வருமானத்துக்கு ஏதாவது வழி செய்தாக வேண்டும்.

அப்போது எனக்குத் தெரிந்த ஒரே விஷயம் சமையல் மட்டுமே.

ஆனால், அதை வைத்துக்கொண்டு என்ன செய்வது?

யோசித்தேன். எனக்குள் ஒரு கலந்துரையாடல் நிகழ்த்திப் பார்த்தேன். தெரிந்தது சமையல் ஒன்றுதான் என்னும்போது அதையே வைத்து ஏன் பிழைக்கக்கூடாது?

ஊறுகாய் செய்ய ஆரம்பித்தேன். அது ஒன்றுதான் அப் போதைய நிலையில் எனக்குச் சுலபமாக இருந்தது. குறைவான முதலீடு. எளிமையான செய்முறை. பாட்டிலில் அடைத்து விற்கலாமே!

வெளியே அலைந்து திரிந்து தேவையான பொருள்களை வாங்க முடியாததால், அம்மா எனக்கு உதவி செய்தாள். செலவும் அவருடையதுதான். அம்மா அப்போது கொடுத்த 100 ரூபாய் நோட்டு இன்னமும் நினைவில் இருக்கிறது. என்னுடைய கேட்டரிங் தொழிலில் செய்யப்பட்ட முதல் முதலீடு அந்த 100 ரூபாய்தான்.

எலுமிச்சை ஊறுகாய் முதல் ஆவக்காய் ஊறுகாய் வரை விதவிதமான ஊறுகாய்கள் செய்ய ஆரம்பித்தேன். ஆரம்பத்தில் அந்தப் பக்குவத்தைக் கொண்டு வர கஷ்டப்பட்டேன். இறால் ஊறுகாய் எனக்கு நன்றாகச் செய்ய வருவதாக எல்லோரும் பாராட்டினார்கள்.

உறவினர்கள், நண்பர்களெல்லாம் தேடி வந்து வாங்கிக்கொண் டார்கள். ஆச்சர்யமாக இருந்தது. வீட்டில் இருந்து கொண்டே சம்பாதிக்க முடியும் என்கிற நம்பிக்கை முதல் முறையாக வந்தது.

அப்போதெல்லாம் பத்து ரூபாய் கிடைத்தாலே பெரிய விஷயம். ஊறுகாய் பாட்டில் விற்றதில் கிடைத்த லாபத்தில் பாதியை என்னுடைய தேவைகளுக்கு எடுத்துக்கொண்டேன். எஞ்சியதை முதலீடு செய்தேன்.

வாரம் ஒருமுறை கொத்தவால்சாவடி சென்று எலுமிச்சை, கொத்தமல்லி, வெங்காயம், காய்ந்த மிளகாய் ஆகியவற்றை மொத்தமாக வாங்கி வந்துவிடுவேன். காலியான பழைய ஹார்லிக்ஸ் பாட்டில்கள் மயிலாப்பூரில் கிடைத்தன. மொத்த மாக வாங்கி வைத்துக்கொண்டேன். அதனால் செலவுகளைக் குறைக்க முடிந்தது.

அப்போதெல்லாம் சிங்கப்பூர் பொருள்களுக்கு இந்தியாவிலும் இந்தியப் பொருள்களுக்கு சிங்கப்பூரிலும் நல்ல வரவேற்பு இருந்தது. என்னுடைய இறால் ஊறுகாய் பாட்டிலை நிறைய பேர் வெளிநாடுகளுக்குச் செல்லும்போது உடன் எடுத்துச் சென்றார்கள். உறவினர்களுக்கும் வாங்கிக் கொடுத்து அனுப்பி வைத்தார்கள்.

எங்கள் வீட்டுக்குப் பக்கத்திலேயே ஒரு முஸ்லீம் குடும்பம் இருந்தது. பர்மா பஜாரில் கடை வைத்திருந்தார்கள். அடிக்கடி அவர்கள் சிங்கப்பூர் சென்று வருவதுண்டு. என்னுடைய ஊறு காயையும் ஒருமுறை எடுத்துச்சென்று அங்கே விற்று வந்த போது நிறைய லாபம் கிடைத்ததாகச் சொன்னார்கள். சிங்கப்பூரில் இறால் ஊறுகாய் விலை அதிகம் என்பதால் இங்கிருந்து எடுத்துச் சென்று விற்றபோது நல்ல லாபம் கிடைத்தது.

அவர்கள் சிங்கப்பூர் செல்வதாக இருந்தால் முன்கூட்டியே எனக்குத் தகவல் வந்துவிடும். ஒரு பாட்டிலுக்கு இத்தனை ரூபாய் என்று மொத்தமாகப் பேசி கையில் பணம் கொடுத்து விடுவார்கள். அவர்களுக்கு எவ்வளவு லாபம் கிடைக்கும் என்பது எனக்குத் தெரியாது. ஆனால் ஒரு பாட்டிலுக்குக் குறைந்தது பத்து ரூபாயாவது எனக்கு லாபமாகக் கிடைத்தது.

500 கிராம் பாட்டிலில் இறால் ஊறுகாயை அடைத்து 10, 15 பாட்டில் தயார் செய்து அவர்களிடம் கொடுப்பேன். 5 கிலோ அல்லது 6 கிலோ ஊறுகாய் மட்டுமே அப்போது என்னால் செய்ய முடிந்தது. அப்போதெல்லாம் மிக்ஸி கிடையாது. மசாலாவைக் கையால்தான் அரைக்க வேண்டும்.

என் தம்பி எனக்கு உதவியாக இருந்தான். ஊறுகாய் தயாரிப்பதில், பாட்டிலில் நிரப்புவதில், வெங்காயம் அரிந்துகொடுப்பதில், இப்படிப் பல வகைகளில்.

பொதுவாக, ஊறுகாய் தயாரிப்பதை சனி, ஞாயிறு விடுமுறை நாட்களில் வைத்துக்கொள்வேன்.

எவ்வளவு முயற்சி செய்தாலும் ஒரு வாரத்தில் 15 பாட்டில் ஊறுகாயைத் தாண்ட முடியாது. மேலும், தினமும் ஊறுகாய் தயாரிப்பது முடியாத காரியம். கேஸ் அடுப்பு, சிலிண்டர் கிடைப்பது கஷ்டம். மண்ணெண்ணெய் வாங்கி ஸ்டவ் வைத்துதான் செய்தாக வேண்டும்.

நல்ல ஆர்டர் கிடைத்தால் நள்ளிரவு வரை விழித்திருந்து வேலை செய்வேன். பத்து, இருபது என்று போட்டிப் போட்டுக்கொண்டு ஊறுகாய் பாட்டில்களை வாங்கிப் போவார்கள். ஊறுகாயில் நான் செய்த முதலீடு சில நூறு ரூபாய் மட்டுமே. ஆனால், மாதம் என்னுடைய செலவுகள் போக, கையில் 200 அல்லது 300 ரூபாய் வரை மிச்சம் பிடிக்க முடிந்தது.

இடையில், பாட்டில் தட்டுப்பாடு வந்தது. ஊறுகாயை எப்படி, எதில் நிரப்பி அனுப்புவது என்பதில் சிக்கல்கள் முளைத்தன. ஆனால், வாடிக்கையாளர்கள் இதைப் பெரிதாக எடுத்துக்கொள்ளவில்லை. எங்களுக்கு பாட்டில் வேண்டாம், ஒரு தூக்குப் பாத்திரத்தில் ஊறுகாயை வைத்துக்கொடுங்கள், போதும் என்றார்கள்.

என் ஊறுகாய்க்குக் கிடைத்த வரவேற்பை நினைத்து எனக்கே ஆச்சர்யமாக இருந்தது. ஓரிரு மாதங்களில், சமாளிக்க முடியாத அளவுக்கு ஆர்டர்கள் குவிந்தன. அந்தச் சமயத்தில் உதவிக்கு சில ஆள்களும், நேரமும் இருந்திருந்தால் நிச்சயம் ஒரு ஊறுகாய் ஸ்பெஷலிஸ்டாக மாறியிருப்பேன். ஊறுகாய் கம்பெனிக்கு முதலாளியாகவும் ஆகியிருக்கக்கூடும்.

9

ஆர்டர்கள் குவிந்த அளவுக்கு லாபம் குவியவில்லை என்பதையும் ஒப்புக் கொள்ளத்தான் வேண்டும். ஊறுகாய் தயாரிப்பில் செலவான நேரம், உழைப்பு ஆகியவற்றை வைத்து அளவிடும்போது, கிடைத்த லாபம் குறைவாகவே இருந்தது.

ஊறுகாய் தயாரிப்பில் மட்டுமே ஈடுபட்டுவந்தால், பெரிய அளவில் லாபம் சம்பாதிக்க முடியாது என்பதைப் புரிந்து கொண்டேன். செய்து வந்ததைச் சற்றே விரிவாக்க முனைந்தேன். ஊறுகாயோடு சேர்த்து வேறு சிலவற்றையும் தயாரித்து, விநியோகிக்க முடிந்தால் நன்றாக இருக்குமே!

நான் யோசித்தது, ஜாம், பழ ரசம் மற்றும் ஜூஸ் வகைகளை. கிட்டத்தட்ட அதே சமயம், கேட்டரிங் சம்பந்தமாக ஒரு பயிற்சி நடைபெறுவதாக தினத்தந்தியில் விளம்பரம் வந்திருந்தது. எட்டு மாதப் பயிற்சி. இனி கேட்டரிங்தான் வாழ்க்கை என்று ஆன பிறகு, அதை முறையாகக் கற்றுக்கொள்வதைத் தவிர வேறு வழி இல்லை என்பது புரிந்தது.

ஆர்வத்துடன் சேர்ந்து படித்தேன். உலகில் ஏராளமான உணவு வகைகள் இருப்பது அப்போதுதான் தெரிய வந்தது. இந்திய உணவு வகைகள், மேற்கத்திய உணவு வகைகள், அவற்றின் நிறம், குணம், மணம் சகலமும் அங்கேதான் கற்றுக்கொண்டேன்.

நம்முடைய இந்தியச் சூழலுக்கு ஏற்ற உணவு எது என்று ஆராய்ந்து ஒரு பெரிய லிஸ்ட் தயார் செய்தேன். அதில் விலை அதிகமான பொருள்கள், சிக்கலான தயாரிப்பு முறைகள் கொண்ட உணவு வகைகள் ஆகியவற்றை நீக்கிவிட்டேன். லிஸ்ட்டில் எஞ்சிய உணவு வகைகளில் எளிதாகத் தயாரிக்க முடிந்தது எது, நிறைய லாபம் தரும் உணவு வகை எது என்று குறித்து வைத்துக்கொண்டேன்.

நிறைய கமர்ஷியல் உணவு வகைகள் பற்றிய அறிமுகம் கிடைத்தது. ஜாம், பழ ரசம் செய்முறையைப் படித்துத் தெரிந்து கொண்டேன். ஜாம் என்றால் எப்படி இருக்கும் என்று கூடத் தெரியாத காலம் அது. அதற்குத் தேவையான பொருள்களைத் தேடிக் கண்டுபிடித்து வாங்கி வந்து செய்து பார்த்தேன்.

நான்கே மாதங்களில் எல்லாம் பழகிவிட்டது. ஜாம், பழ ரசம் ஆகியவற்றைக் குறைந்த செலவில் தரமாகத் தயாரிக்க முடிந்தது. ஊறுகாய் போலவே பாட்டில், பாத்திரம் போன்றவற்றில் அடைத்து விற்க ஆரம்பித்தேன். தெரிந்தவர்களுக்கு மட்டும் விற்றால் நிறைய லாபம் கிடைக்காது என்பதால் கடைகளில் சென்று கொடுத்துப் பார்க்கலாம் என்று நினைத்தேன்.

மெரினா பீச்சில் ஒரு ரெஸ்டாரண்ட் இருந்தது. அவர்களிடம் பேசினேன். என்னால் சில சுவையான உணவுப் பண்டங்களை உற்பத்தி செய்தி தர முடியும். உங்களால் அவற்றை விற்பனை செய்து தரமுடியுமா? திடீரென்று சென்று கேட்டதால், அவர்கள் திகைத்திருக்கவேண்டும். நல்ல வேளையாக, அவர்கள் என்னைத் திருப்பியனுப்பவில்லை. ஆனால், தயங்கினார்கள்.

நான் துணிச்சலுடன் உரையாடினேன். நான் கொடுப்பதை டிஸ்ப்ளே செய்து பாருங்கள். யாரும் வாங்கிக்கொள்ளவில்லை என்றால் திருப்பித் தந்துவிடுங்கள்.

அவர்கள் தயங்கியதற்கான காரணம் புரிந்தது. பீச்சுக்கு வருபவர் களில் பெரும்பாலானோர் வெளியூர்க்காரர்கள். மெரினாவில் காந்தி சிலை, அண்ணா சமாதியைச் சுற்றி எப்போதும் கூட்டமிருக்கும். வியாபாரத்துக்குக் குறை இருக்காது. ஆனால் மக்களுக்குப் பரிச்சயமல்லாத ஜாம், பழ ரச வகையறாக்கள் பீச்சில் எப்படி விற்கும்?

ஆனால், எனக்கு நம்பிக்கை இருந்தது. பரீட்சித்துப் பார்ப்பதில் என்ன தவறு? தெரிந்த பண்டங்களை மட்டுமே மக்கள் வாங்கு வார்கள் என்பது உண்மையானால், புதிய பொருள்கள் சந்தையில் எப்படி அறிமுகமாகமுடியும்? அட, புதிதாக இருக்கிறதே, வாங்கித்தான் பார்ப்போம் என்று ஒருசிலராவது முயற்சி செய்ய மாட்டார்களா என்ன?

கடைக்காரர் அரை மனத்தோடு ஒப்புக்கொண்டார். நான் கொடுத்த பொருள்கள் மக்கள் கண்ணில் படும்படி காட்சிப் படுத்தப்பட்டது. மாலை நேரங்களில் மெரினா பீச்சுக்குச் சென்று கடையோரமாக நின்று வேடிக்கை பார்க்க ஆரம்பித்தேன். யாராவது என் தயாரிப்புகளைப் பார்க்கிறார்களா? ஆசைப்பட்டு வாங்குகிறார்களா? அவர்கள் முகபாவம் எப்படி இருக்கிறது? என் முயற்சி வெற்றி பெறுமா?

காத்திருந்தேன். எல்லோரும் ஆர்வத்துடன் வந்து எட்டிப் பார்த்துவிட்டுப் போனார்களே தவிர யாரும் வாங்கவில்லை. பெரிய ஏமாற்றமாக இருந்தது.

10

கடைக்காரரால் அதற்கு மேல் பொறுமை காக்க முடியவில்லை. இதனால் எனக்கும் லாபமில்லை; உங்களுக்கும் லாபமில்லை. எடுத்துக் கொண்டு போய்விடுங்கள் என்றார். ஏராளமாகச் செலவு செய்து, கஷ்டப் பட்டு செய்த ஜூஸ், பழ ரசங்களைத் திரும்பவும் வீட்டுக்கு எடுத்துக் கொண்டு போனேன்.

ஊறுகாய் போல் பழ ரசங்களை நாள் கணக்கில் வீட்டில் வைத்திருக்க முடியாது. தவிரவும், அப்போதெல் லாம் ஃபிரிட்ஜ் வசதி கிடையாது. என்ன செய்வது என்று தெரியாமல், திரும்பி வந்த பாட்டில்களை அடுக்கி வைத்து பார்த்துக்கொண்டிருப்பேன்.

கஷ்டப்பட்டு உருவாக்கிய பொருள்கள் கண் முன்னால் வீணாவதை நினைக்கும்போது கவலையாக இருந்தது.

அப்படியே இடிந்து உட்கார்ந்துவிடாதே, அடுத்த கட்டத்தை நோக்கி முன்னேறு என்று உள்மனம் எச்சரித்தது. என்னுடைய ப்ரொடெக்ஷன் யூனிட்டை சிறிது காலம் நிறுத்தி வைத்துவிட்டு, மார்கெட்டிங் வேலையில் இறங்கலாம் என்று முடிவு செய்தேன்.

கடற்கரையில் இருந்த மேலும் சில கடைகளுக்குச் சென்று பேசினேன். தயங்கியவர்களிடம் வாதாடினேன். ஒருமுறை முயன்றுதான் பாருங்களேன் என்று உற்சாகம் குறையாமல் பேசினேன்.

கட்லெட், ஜாம் எல்லாம் யார் வாங்குவார்கள் என்று கடைக்காரர் கள் உதட்டைப் பிதுக்கியபோதும் விடாமல் போராடினேன். ஒரு சிலர், நான் பெண் என்பதற்காக இரக்கப்பட்டு, சரிம்மா அந்த பாட்டிலை அப்படியே வெச்சுட்டு போ, விக்குதான்னு பார்ப்போம் என்றார்கள்.

இப்படி, மாலை நேரம் முழுவதும் மார்கெட்டிங்கில் செலவானது. என்னுடன் துணைக்கு வரவும் ஆளில்லை. ஆபிஸ் விட்டு வந்ததும் அம்மா உதவி செய்வாள். குழந்தைகளைச் சமாளிப்பதிலோ வீட்டில் வேலை செய்வதிலோ எனக்கு எந்தப் பிரச்னையும் இருக்கவில்லை. வெளியே அலைந்து, திரிந்து, கடை கடையாக ஏறி இறங்கி மார்கெட்டிங் செய்வதுதான் பெரிய சவாலாக இருந்தது. ஒரு வகையில், மெரினா பீச்சுக்குப் பக்கத்திலேயே வீடு இருந்தது சௌகரியமாக இருந்தது.

•

1981ம் ஆண்டு, ஒரு பெரிய ஆர்டர் கிடைத்தது. மெரினா பீச்சில் அப்போது இருந்த ஒரே ஃபாஸ்ட் புட் கடை அதுதான். ஜாம், கட்லெட் மொத்தமாகச் செய்து தரச் சொல்லியிருந்தார்கள்.

காலையில் ஆரம்பித்து மதியத்துக்குள் தயார் செய்துவிடுவேன். பின்னர் பஸ் அல்லது ஆட்டோ பிடித்துச் சாமான்களை ஏற்றி, மாலை மூன்று மணிக்குள் மெரினா பீச்சில் ஆஜராகிவிடுவேன்.

இரவு எட்டு அல்லது ஒன்பது மணி வரை விற்பனை சுறுசுறுப்பாக இருக்கும். அவர்கள் உடன் இருந்து சின்னச் சின்ன வேலைக ளெல்லாம் கற்றுக் கொண்டேன். பெரிதாக லாபம் கிடைக்கா

விட்டாலும், அந்த அனுபவம் எனக்குள் பெரிய நம்பிக்கையை விதைத்தது. சுறுசுறுப்பாக இயங்க வைத்தது.

ஒரு சில மாதங்களில், ஃபாஸ்ட் புட் கடையின் அவசியம் புரிந்து போனது. கேட்டது கேட்டவுடன் கிடைக்கும் மந்திரம் அசாத்திய மானது என்பது புரிந்தது. ஆர்டர் கிடைத்த வேகத்தில், வேண்டியதைச் சுறுசுறுப்பாகச் செய்துகொடுத்தேன். அதே வேகத்தில் பணமும் கிடைத்தது.

•

நாகராஜ், அப்பாவின் நெருங்கிய நண்பர். மயிலாப்பூரில் காது கேளாதவர்களுக்கான பள்ளி ஒன்றை அவர் நடத்தி வந்தார். காது கேட்கும் கருவிகள் ஏதாவது பழுதானால் அப்பாவை வரவழைத்து சரி செய்வது வழக்கம். அப்பாவும் நைட் ஷிஃப்ட் போவதற்கு முன்னால் பகல் நேரங்களில் அந்தப் பள்ளிக்குச் சென்று வருவார். பழுது பார்ப்பதைத் தன்னால் இயன்ற சேவையாக நினைத்து அவர் செய்து வந்தார்.

என் அப்பா செய்து வந்த உதவிக்கு, நாகராஜ் எனக்குக் கைமாறு செய்வார் என்று நான் நினைத்துப் பார்க்கவில்லை. நான், ஊறுகாய், ஜாம் வகையறாக்கள் தயாரித்து விற்பனை செய்து வருவது அவருக்குத் தெரியும். ஒரு நாள் தற்செயலாக அவர் கேட்டார். நீ ஏன் ஒரு ஃபாஸ்ட் புட் கடை நடத்தக்கூடாது?

எனக்குத் திகைப்பாக இருந்தது. அவர் அந்தக் கேள்வியைக் கேட்கும்வரை, அப்படியொரு திட்டம் என்னிடம் உருவாக வில்லை. வீட்டில் இருந்தே செய்யும் சிறு பணிகள் மட்டுமே சரிப்பட்டு வரும் என்பது என் நம்பிக்கை. ஒரு கடை நடத்தும் அளவுக்கு என்னிடம் தைரியமோ, ஆள்களோ, அனுபவமோ இல்லை.

நாகராஜ் என் தயக்கத்தை உடைத்தார். இதற்கு ஏன் இத்தனை தீவிராக யோசிக்கவேண்டும்? ஒரு மொபைல் கடையை இலவச மான நாங்கள் தருகிறோம். ஆரம்பித்துவிடுங்கள். ஒரே ஒரு நிபந்தனையை மட்டுமே அவர் விதித்திருந்தார். காது கேளாதவர் கள் இருவரை நீங்கள் வேலைக்கு அமர்த்திக்கொள்ளவேண்டும். அதே போல், ஃபாஸ்ட் புட் கடை நடத்துவதற்கான அனுமதியை நானே பெற்றுக்கொள்ளவேண்டும்.

ஊனமுற்றவர்களுக்கு உதவுவதற்காகச் சென்னையில் ஏராள மான மொபைல் கடைகள் வந்து கொண்டிருந்த நேரம் அது. சென்னை சென்ட்ரலில் இதுபோன்று ஒரு ஃபாஸ்ட் புட் கடையை ஆரம்பித்திருந்தார்கள். கூடவே, தாம்பரம் முதல் கடற்கரை வரை, ரயில்வே நடைபாதையில் தொலைபேசி பூத், எடை பார்க்கும் கருவி ஆகியவை நிறுவப்பட்டு வந்தன.

வேப்பேரியில் இருந்த லயன்ஸ் கிளப் சங்கம், நாகராஜ் நடத்தி வந்த காது கேளாதவர் பள்ளிக்கு ஒரு மொபைல் கடையை நன்கொடையாகக் கொடுத்திருந்தது. அதை வைத்து மெரினா வில் ஒரு ஃபாஸ்ட் புட் கடை ஆரம்பிக்கலாம் என்றார். பள்ளிக்கு வருமானமும் கிடைக்கும். அதே சமயம், காதுகேளாத ஊன முற்றவர்களை ஊக்கப்படுத்துவது போலவும் இருக்கும்.

ஆனால், சேவை மனப்பான்மையோடு ஃபாஸ்ட் புட் கடையை நடத்திக் கொடுப்பதற்கு யாரும் முன்வரவில்லை. அந்த நேரத்தில்தான் அப்பா மூலமாக என்னைப் பற்றி தெரிந்து கொண்டு என்னை வரவழைத்துப் பேசினார் நாகராஜ்.

எனக்கு அந்தத் திட்டம் பிடித்திருந்தது. ஆனால், எந்த அனுபவமும் இல்லாத என்னைப் போன்ற ஒரு தனி நபரால் ஒரு கடையை நடத்த முடியுமா என்று தயங்கினேன். பிறகு, யோசித்துப் பார்த்தபோது, தயக்கம் விடைபெற்றது. இதை ஏன் நான் ஒரு சவாலாக எடுத்துக்கொண்டு முயற்சி செய்து பார்க்கக் கூடாது?

துரித உணவு என்னும் திட்டம் எனக்குப் பிடித்திருந்தது. குளிர் சாதன வசதி இல்லாத அந்தக் காலத்தில், அன்றைக்குத் தயாரான உணவு வகைகளை அன்றைக்கே விற்று பணமாக்குவது இதில் மட்டும்தான் சாத்தியம். பெரிய முதலீடு தேவைப்படாது. நம்மால் இருவருக்கு வேலை கிடைக்கிறது என்னும் திருப்தியும் கிடைக்கும். வீட்டில் இருப்பவர்களும் என்னை உற்சாகப் படுத்தினார்கள்.

ஒப்புக்கொண்டேன்.

11

நான் நினைத்து போல அது அத்தனை சுலபமான விஷயமாக இருக்க வில்லை. அனுமதி கேட்டு, பொதுப் பணித்துறை அலுவலகத்துக்கும், காவல்துறை அலுவலகத்துக்கும் பல நாள்கள் அலைய வேண்டியிருந்தது. கையில் குழந்தையைத் தூக்கிக் கொண்டு எல்லா இடங்களுக்கும் தனி யாகப் போனேன். மணிக்கணக்கில் காத்திருந்தேன். பல மாதங்கள் விடாமல் போராடினேன்.

முதலில், போக்குவரத்துக் காவல் துறை அலுவலகத்திற்குச் சென்றேன். விஷயத்தைச் சொல்லி அனுமதி கேட் டேன். மனுவாக எழுதிக் கொடுக்கச் சொன்னார்கள். பிறகு நிபந்தனைகள்

விதித்தார்கள். மாலை நேரத்தில் மட்டுமே அனுமதிக்க முடியும். இரவு ஒன்பது மணிக்கு மேல் கடையைத் திறந்து வைக்கக் கூடாது. கூட்டம் சேர்க்கக்கூடாது. ஒலிபெருக்கி இருக்கக் கூடாது. பீச்சுக்கு வருபவர்களை எந்தவிதத்திலும் தொல்லை செய்யக்கூடாது. எழுத்து மூலமாக ஒப்புதல் கொடுத்தேன். அனுமதி கிடைத்துவிட்டது.

அடுத்து, பொதுப்பணித் துறையின் அனுமதியைப் பெற்றாக வேண்டும். இத்துறையின் கிளை அலுவலகம் சேப்பாக்கத்தில் இருந்தது. தினமும் பஸ் பிடித்து அங்கே வந்துவிடுவேன். நாள் முழுக்க ஆபிஸ் வாசலிலேயே தவம் கிடப்பேன்.

யாரைச் சந்திக்க வேண்டும், என்ன பேச வேண்டும் என்பதெல் லாம் அப்போது தெரியாது. தினமும் காலை பத்து மணிக்கெல் லாம் அலுவலகத்துக்கு வந்துவிடுவேன். கையில் மனுவோடு நேரம் போவது தெரியாமல் மணிக்கணக்காகக் காத்திருப்பேன்.

சேப்பாக்கத்தில் ஒரு எட்டு மாடிக் கட்டடத்தில் அந்த அலுவலகம் செயல்பட்டு வந்தது. மேலே செல்ல லிஃப்ட் இருந்தது. ஆனால், அதில் ஏறிச் செல்ல பயம். திடீரென்று கரண்ட் கட்டானால் என்ன செய்வது?

குழந்தையைக் கையில் சுமந்தபடி தினமும் 4 முறை ஏறி இறங்குவேன். அங்கே அனைவரது முகத்தையும் பார்த்தபடி, வாசல் நின்று கொண்டிருப்பேன். என்ன செய்கிறோம் என்பதே புரியாமல் இருந்த குழப்பமான காலம் அது.

முதலில் என்னுடைய கோரிக்கையை மனுவாக எழுதி, எடுத்துக் கொண்டு வரச் சொன்னார்கள். கொடுத்ததும், அதை என்ஜினியரின் பார்வைக்கு அனுப்பினார்கள். இரண்டு நாள்கள் கழித்து வந்தபோது, ஒரு ஜூனியர் என்ஜினியரை நேரில் பார்த்துப் பேசச் சொன்னார்கள்.

அவர் எப்போதும் பிஸியாக இருந்தார். ஒரு வழியாக, அவரைச் சந்தித்து என்னுடைய ஸ்டால் பற்றி எடுத்துச் சொல்லி மனுவைக் கொடுத்தேன். காது கேளாதவர் பள்ளி பற்றி விசாரித்தார். காது கேளாதவர்கள், வாய் பேச முடியாதவர்கள் எத்தனை பேரை வேலைக்கு அமர்த்தப்போகிறீர்கள் என்று கேட்டார். குறைந்தது இரண்டு அல்லது மூன்று பேர் என்றேன். நான் சொன்னதைத்

தனிக் குறிப்பாக எழுதி ஃபைலில் வைத்துவிட்டு, ஒரு வாரம் கழித்து வந்து பார்க்கும்படிச் சொன்னார்.

சென்றேன். என்னுடைய மனுவை எக்ஸிக்யூடிவ் என்ஜினியரின் பார்வைக்கு அனுப்பி வைத்திருப்பதாகச் சொன்னார். சில நாள்கள் அலைந்த பிறகு அவரைச் சந்திப்பதற்கு வாய்ப்பு கிடைத்தது.

அனுமதி கொடுப்பதில் எந்தச் சிக்கலுமில்லை என்றார். அப்பாடா என்று மனம் துள்ளியது. ஆனால், பொதுப்பணித்துறை அமைச்சரைப் பார்த்துப் பேசி, அவரிடமிருந்து கடிதம் கொண்டு வந்தால் மேற்கொண்டு அனுமதி கொடுப்போம் என்றார்.

என் அடுத்த பயணம் தலைமைச் செயலகத்தை நோக்கி அமைந்தது. ஆனால், அங்கே உள்ளே விடவில்லை. பல நாள் போராட்டத்துக்குப் பின்னர் அமைச்சரின் செயலாளரைச் சந்திக்க அனுமதி கிடைத்தது. என்னுடைய ஸ்டால் பற்றி விளக்கினேன். அமைச்சரிடம் பேசி எப்படியாவது ஓர் அனுமதிக் கடிதம் பெற்றுக்கொடுத்தால் நன்றாக இருக்கும் என்று கேட்டுக் கொண்டேன்.

அமைச்சரைச் சந்திக்க முடியாது, ஆனால் உங்கள் கோரிக்கை குறித்து அவரிடம் நிச்சயம் பேசுவேன் என்றார். அதற்கு முன்னால், அவரது அமைச்சகத்தைச் சேர்ந்த இன்னொரு ஐ.ஏ.எஸ் அதிகாரியைச் சந்திக்குமாறு சொன்னார்.

அந்த அதிகாரி ஒரு வட இந்தியர். தலைமைச் செயலகத்துக்குப் பலமுறை அலைந்தும் அவரைச் சந்திக்க முடியவில்லை. திரும்பவும் அமைச்சரின் செயலாளரைச் சந்திக்க அனுமதி கேட்டேன். அவர் தொலைபேசியில் பேசி எனக்கு நேரம் வாங்கிக்கொடுத்தார்.

இரண்டு நாள் கழிந்த பிறகு, அந்த ஐ.ஏ.எஸ் அதிகாரியைச் சந்திக்க நேரம் கிடைத்தது. என் கோரிக்கையை அவர் முழுவதுமாகப் படித்துப் பார்த்தார். அனுமதி கொடுப்பதில் பிரச்னையில்லை. ஆனால், மெரினாவில் புல்வெளிப் பகுதியில் கடை போட முடியாது. வேண்டுமானால் மண் தரையில் நடத்து வதற்கு அனுமதி கொடுக்கிறோம் என்றார்.

ஆனால், காந்தி சிலையைச் சுற்றியிருக்கும் புல்வெளிதான் எனக்குப் பொருத்தமான இடமாக இருக்கும் என்று தோன்றியது.

காரணம், அந்தப் பகுதியைச் சுற்றியுள்ள இடங்களில் மட்டுமே அப்போது மின்சார வசதி இருந்தது. தண்ணீரும் கிடைத்தது. மேலும், புல்வெளியில் கடையை ஆரம்பிப்பது மூலம் பலருடைய கவனத்தை ஈர்க்கமுடியும் என்று நம்பினேன்.

ஆனால், என் பதிலில் அவருக்குத் திருப்தி ஏற்படவில்லை. இரண்டு நாள் கழித்து அவருடைய செயலாளரை வந்து சந்திக்கு மாறு சொன்னார். திரும்பவும் அலைய வேண்டியிருந்தது.

நீங்க ஏம்மா அலையறீங்க, இந்த வாரத்துக்குள்ள எப்படியாவது லெட்டர் ரெடி பண்ணி சேப்பாக்கம் ஆபிசுக்கு அனுப்பிவிடு கிறேன் என்றார் செயலாளர்.

வாரம், மாதமானது. எந்த முன்னேற்றமும் இல்லை. ஏதாவது சாக்குச் சொல்லி இழுத்தடித்தார்கள். இனியும் இதில் நேரத்தை வீணாக்குவதில் அர்த்தமில்லை என்று முடிவு செய்தேன்.

12

கிட்டத்தட்ட நான்கு மாதங்கள் கழித்து, பொதுப்பணித்துறை அலுவலகத்திலிருந்து ஒரு கடிதம் வந்திருந்தது. அதை எடுத்துக்கொண்டு அன்றே சேப்பாக்கம் சென்றேன். ஃபாஸ்ட் புட் கடைக்கு அனுமதி கிடைத்துவிட்டது. இன்றே நீங்கள் ஆர்டர் வாங்கிக் கொள்ளுங்கள் என்றார்கள்.

1982, ஜூன் 21. Clarke's Snacks ஆரம்பிக்கப்பட்ட நாள். அந்த நாளை என்னால் மறக்க முடியாது. முதல் நாள் இரவே தட்டுமுட்டுச் சாமான்களை சைக்கிள் ரிக்ஷாவில் ஏற்றிக்கொண்டு மெரினாவுக்கு வந்துவிட்டேன். சாமான்களைப் புல்தரையில் இறக்கி வைத்தேன். ஸ்டால் அமைக்கும் வேலை பரபரப்பாக நடந்துகொண்டிருந்தது.

முதல் முதலாக ஒரு மினி ரெஸ்டாரண்ட்டுக்கு உரிமையாளராகப் போகிறோம் என்னும் நினைப்பு என்னைப் பரவசத்தில் ஆழ்த்தியது. என்னென்ன உணவு வகைகள் விற்பனைக்கு வைக்கலாம், யார் யார் எங்கெங்கே நின்றபடி வாடிக்கையாளர்களை வரவேற்கவேண்டும், எப்படிப் பரிமாறவேண்டும் என்று எனக்குள் ஒத்திகை செய்துகொண்டேன். சுறுசுறுப்பாக இயங்கும் ஒரு ரெஸ்டாரண்ட் என் மனக்கண்ணில் விரிந்தது.

மெரினாவில் அண்ணா சமாதியைச் சுற்றியுள்ள பகுதிகளில் ஒரு சில டீக்கடைகள் இருந்தன. பெரும்பாலான இடங்களில் காபி, டீ மற்றும் பிஸ்கட் வகைகள் மட்டுமே கிடைக்கும். என்னுடைய ஸ்டாலில் சகலமும் கிடைக்கும்படிச் செய்தால் என்ன?

டீ, காபி போன்ற பொதுவான உணவு வகைகள் தவிர கூடுதலாகச் சிலவற்றையும் விற்பனைக்கு வைக்கலாம் என்று முடிவு செய்தேன். கட்லெட், சமோசா, ஜாம், பஜ்ஜி, வடை, பழச்சாறு என பட்டியலிட்டுக்கொண்டேன். அடுத்து நிலை நிர்ணயிக்கப்பட்டது. ஒரு தேநீர் 25 பைசா. காபி 50 பைசா. ஒவ்வொன்றுக்கும் விலை குறித்துக்கொண்டேன். இனி செய்ய வேண்டியது, பெரும் கூட்டமாக வருபவர்களை வரவேற்று உபசரிப்பது மட்டுமே.

பொழுது விடிந்தது. காலையில் சீக்கிரமே கிளம்பி வந்துவிட்டேன். கடையில் வேலை செய்வதற்காகக் காது கேளாதவர்கள் இருவரைத் தேர்வு செய்து அனுப்பியிருந்தார்கள். காபி, டீ தயாரிப்பது எப்படி என்று அவர்களுக்கு சொல்லிக்கொடுத்தேன். டோக்கன் விநியோகிப்பது, பஜ்ஜி, சமோசா, வடை பரிமாறுவது என்று பல விஷயங்களைக் கற்றுக்கொடுத்தேன்.

அவர்களில் யாருக்கும் ஹோட்டலில் பணியாற்றிய முன் அனுபவம் கிடையாது. எனவே, எல்லாவற்றையும் சொல்லிக் கொடுக்க வேண்டியிருந்தது. டீ கிளாஸ் கழுவுவது தொடங்கி பால் சுட வைப்பது, பாத்திரம் கழுவுவது வரை அனைத்து வேலைகளையும் கற்றுக்கொடுத்தேன். அவர்களுடன் சேர்ந்து நானும் வேலைகள் செய்தேன்.

என்னுடைய முதல் சவால், இந்த ஊழியர்களின் மனதில் இருந்த சுயவிரக்கத்தைக் களைவதுதான். ஊனம், வாழ்க்கைக்குத் தடையல்ல. அதற்காக காலம் முழுவதும் வருத்தத்துடன் இருந்து

விடக்கூடாது என்று எடுத்துச் சொன்னேன். சொல்வதோடு நிறுத்திக்கொள்வது சரியல்ல என்பதால், அவர்களுடன் சகஜமாக வும் தோழமையுடனும் பழகினேன்.

நான் சுறுசுறுப்பாக வேலை செய்வதைப் பார்த்து அவர்களும் என்னைப் பின்பற்றினார்கள். எல்லா வேலைகளையும் எங்க ளுக்குள் சரிபாதியாகப் பிரித்துக்கொண்டோம். மதியம் சரியாக மூன்று மணிக்கு சமோசா, கட்லெட் உணவு வகைகளை அடுக்கி வைத்து வியாபாரத்தை ஆரம்பித்தோம். நேரம் கரைந்து கொண்டே இருந்தது. மெரினாவுக்கு மக்கள் கூட்டம் கூட்டமாக வந்தார்கள். எங்கள் கடைமுன் நின்று வேடிக்கை பார்த்தார்கள். ஆனால், யாரும், எந்தப்பொருளையும் வாங்க முன்வரவில்லை.

இருட்டும் நேரத்தில் இரண்டு பேர் வந்து காபி ஆர்டர் செய்தார்கள். அன்றைக்கு எனக்குக் கிடைத்த லாபம் வெறும் 50 பைசா. எனக்குள் மிகப்பெரிய ஏமாற்றம். என்னுடைய கனவுக் கோட்டை சரசரவென்று சரிந்து விழுந்துகொண்டிருந்தது.

எட்டு மணிக்கெல்லாம் கடையை மூடிவிட்டு, வீடு திரும்பிய போது சோர்வாக இருந்தது. மனதளவில் மிகவும் தளர்ந்து போயிருந்தேன்.

வியாபாரம் எப்படி இருந்தது என்று அம்மா கேட்டதும் அழுது விட்டேன். நாளை திரும்பவும் போய் அந்தக் கடையைத் திறக்க என்னால் முடியாது. அந்தக் கடை வேண்டவே வேண்டாம், ஊறுகாய், ஜாம் தயாரித்து விற்றாலே போதும்!

ஆனால், அம்மா வருத்தப்படவில்லை. இன்று ஒரு காபி. நாளை நிலைமை மாறும். பயப்படாமல், கடையைத் திறந்து வியாபாரம் செய் என்றார்.

அம்மாவுக்காக மறுநாளும் நான் கடைக்குப் போனேன். முதல் நாள் இருந்த உற்சாகம் யாரிடமும் இல்லை. அரைமனதோடு எல்லோரும் அவரவர் வேலையைக் கவனித்தோம்.

இருட்ட ஆரம்பித்ததும் வியாபாரம் மெல்ல மெல்லச் சூடு பிடித்தது. எட்டு மணிக்குள் பரபரப்பான விற்பனை ஆரம்பமாகி விட்டது. டீ, காபி கேட்கும் வாடிக்கையாளர்களுக்கு கேட்ட உடன் பரிமாறமுடியாத நிலை. தவித்துப்போனோம். ஐம்பது

ரூபாய் கிடைத்தாலே பெரிய விஷயமாக இருந்த காலத்தில் அன்று ஒருநாள் மட்டும் 400 ரூபாய் லாபம் கிடைத்தது.

டீ, காபியை விட மற்ற நொறுக்குத் தீனிகளுக்கு நல்ல வரவேற்பு இருப்பதைக் கண்டுகொண்டேன். மெரினா பீச் என்றாலே சுண்டல் என்கிற இமேஜை மாற்றியாக வேண்டும் என்று முடிவுசெய்தேன். சாண்ட்விச், ஜூஸ், கட்லெட், சமோசா என்று வகை வகையாக விற்க ஆரம்பித்தோம். நல்ல வரவேற்பு கிடைத்தது. கூட்டத்தினரை கவர்ந்திழுக்க புதுப்புது ஸ்நாக்ஸ் உணவு வகைகளை அறிமுகப்படுத்தினோம்.

விடுமுறை நாள்களிலும், பண்டிகை, பந்த் சமயங்களிலும் மெரினாவில் மக்கள் கூட்டம் அலைஅலையாக இருந்தது. காலை நேரத்தில் வாக்கிங் செல்பவர்களையும் கவர்ந்திழுக்கும்படி, காலைநேரத்திலும் கடையைத் திறந்து வைத்தேன்.

காலை ஐந்து மணி முதல் 9 மணி வரை நானே நேரில் வந்து கடையைத் திறந்து வைத்து பார்த்துக்கொண்டேன். டீ, காபி, ஜூஸ் எப்போது கேட்டாலும் கிடைக்கும்படி பார்த்துக் கொண்டேன். அருகம்புல் சாறு, கஷாய வகைகள் போன்ற சிறப்பு பானங்களை அப்போதே தயார் செய்தேன்.

காந்தி சிலைக்குப் பின்னால் புல்வெளியில் இருந்த ஒரே ஃபாஸ்ட் புட் கடை எங்களுடையதுதான். மின்சார வசதியும் தங்கு தடையின்றி குடிநீரும் கிடைத்த அதே சமயம்,சில பிரச்னைகளும் எழுந்தன.

புல்வெளித் தரையை பராமரிப்பதற்கான வேலையில் இருந்த பொதுப்பணித்துறையினர் டீ, காபி குடித்துவிட்டு, காசு கொடுக்காமல் ஏமாற்றினார்கள். ஒரு சிலர் குடித்துவிட்டு வந்து ஊனமுற்றவர்களை வம்புக்கு இழுத்தார்கள். அவற்றைத் தட்டிக் கேட்போது பிரச்னை மோசமடைந்தது.

கோபப்பட்ட ஊழியர்கள், ஸ்டாலுக்கு வந்த மின்சாரத்தைத் தடை செய்தார்கள். ஃப்ரீஸர் இயங்காததால் ஐஸ்கிரீம், பழசரம் போன்றவை கெட்டுப்போயின. பொதுப்பணித்துறைக்குச் சொந்தமான கிணற்றிலிருந்து கிடைக்கும் தண்ணீரைத்தான் குடிநீராகப் பயன்படுத்தி வந்தோம். பிரச்னைக்குப் பின்னர் கிணற்றையும் மூடியிட்டு அடைத்துவிட்டார்கள்.

குடிநீர் வரும் குழாயையும் அடைத்தார்கள். சனி, ஞாயிறுகளில் மின்சாரம், குடிநீர் இல்லாமல் வியாபாரம் நடத்த வேண்டியிருந் தது. ஆனால், நான் கவலைப்படவில்லை. யாருக்காகவும் வளைந்து கொடுக்கக்கூடாது என்று முடிவு செய்தேன். சாந்தோமிலிருந்து தினமும் ஆட்டோவில் தண்ணீர் எடுத்துக் கொண்டு வந்து சமாளித்தேன்.

ஒரு கட்டத்தில் பிரச்னை தீவிரமானதும் பொதுப்பணித்துறை மேலதிகாரிகளிடம் புகார் கொடுத்தேன். காபி, டீதானே, கொடுத்து சமாதானமாகப் போய்விடுங்களேன் என்று ஆலோசனை சொன்னார்கள். இது எனக்கு ஒத்துவரவில்லை. யாருக்கும், எதற்காகவும் இலவசமாகக் கொடுக்கக்கூடாது என்று உறுதியுடன் இருந்தேன். எவ்வளவு செலவானாலும் பரவா யில்லை, வீட்டிலிருந்தே தண்ணீர் எடுத்து வந்துவிடலாம் என்று விடாப்பிடியாக இருந்தேன்.

13

*1983*ம் ஆண்டு, முதல் முறையாக ஒரு கேண்டீன் நடத்தும் ஆர்டர் என்னைத் தேடி வந்தது. அதுவொரு சுவாரஸ்ய மான திருப்பம். குடிசை மாற்று வாரியத்தில் சேர்மனாக இருந்தவர் எங்கள் வாடிக்கையாளர். காலை நேரத்தில் மெரினாவுக்கு வாக்கிங் வருவார். வாக்கிங் முடிந்ததும் ஜூஸ் சாப்பிட எங்கள் கடைக்கு வருவார். சாத்துக்குடி முதல் அருகம்புல் சாறு வரை ருசித்துச் சாப்பிடுவார். விதவித மான நொறுக்குத் தீனிகள், ஜூஸ் வகைகள், ஜாம் வகைகள் என்று ருசித்து, ஆச்சர்யப்பட்டார்.

எங்கள் ஆபிஸில் கேண்டீன் நடத்தும் காண்ட்ராக்ட் இருக்கிறது. உங்களால்

நடத்த முடியுமா என்று ஒரு நாள் கேட்டார். உங்களுக்குச் சம்மதம் என்றால் நாளை அலுவலகத்திற்கு வாருங்கள், விரிவாக நேரில் பேசலாம் என்றார்.

கேண்டீன் என்பது நிரந்தர வருமானம் தரக்கூடியது என்பது புரிந்தது. அதுவும், அரசின் நேரடிப் பார்வையில் இயங்கும் ஓர் அலுவலகத்தின் கேண்டீனில் பிரச்னை இருக்காது. வாய்ப்பு நம்மைத் தேடி வரும்போது அதைப் பயன்படுத்திக்கொள்ள வேண்டும் என்று முடிவு செய்தேன்.

அடுத்தநாளே நேரில் சென்று சேர்மனைச் சந்தித்தேன். குடிசை மாற்று வாரிய அலுவலகம், மெரினாவில் கண்ணகி சிலைக்கு அருகே இருந்தது. நடந்தே சென்றுவிடமுடியும். இப்படி, ஃபாஸ்ட் புட் கடையும் கேண்டீனும் அருகருகே அமைந்திருந் தது வசதியாக இருந்தது. ஒரு வகையில், இது எனக்குக் கிடைத்த அதிர்ஷ்டம் என்றே சொல்லவேண்டும். ஒருவேளை கேண்டீன் வேறு எங்காவது இருந்திருந்தால், வாய்ப்பை மறுத்திருப்பேன்.

மெரினாவில் கடை திறந்திருக்கும் நேரம் தவிர, மற்ற சமயங் களில் கேண்டீனைப் பார்த்துக்கொள்ளலாம் என்று முடிவு செய்தேன். தயக்கம், அச்சம் அனைத்தும் என்னிடமிருந்து விலகிச்சென்றிருந்தன. என் மீது எனக்கு அசைக்கமுடியாத நம்பிக்கை வந்திருந்தது.

•

அந்த அலுவலகத்தில் ஏற்கெனவே ஒரு கேண்டீன் செயல் பட்டுக்கொண்டிருந்தது. ஆனால், ஏகப்பட்ட புகார்கள். கேண்டீன் நடத்துபவர் செய்த குளறுபடிகள் பற்றியும் தர மில்லாத உணவு வகைகள் பற்றியும், தாமதமான சேவை பற்றி யும் நிறைய பேர் என்னிடம் புகார் சொன்னார்கள். அதுபோல் நடந்துவிடக்கூடாது என்றும் எச்சரித்தார்கள்.

அவர்கள் என்னிடம் என்ன எதிர்பார்க்கிறார்கள் என்பதைப் புரிந்துகொண்டேன். என்னென்ன மெனு என்பதையும் அவர் களிடம் கலந்து பேசி முடிவு செய்தேன். ஆர்டர் ரெடியானது. என்ன பெயரில் காண்ட்ராக்ட் வேண்டும் என்று கேட்டார்கள். அதுவரை பெயர் பற்றி யோசிக்கவே இல்லை.

பிரவீன், பிரதீபா சாண்ட்ரா என இரண்டு குழந்தைகளின் பெயர் களில் இருந்தும் வார்த்தைகளைச் சேர்த்து PraSan கேட்டரிங் சர்வீஸ் என்று எழுதிக்கொடுத்தேன். அன்றைய தினமே கேண்டீன் ஆர்டர் கையில் கிடைத்துவிட்டது. நான்கு நாள்களில் வேலையை ஆரம்பித்தாக வேண்டும்!

எப்படியும் ஒரு மாதமாவது அவகாசம் கொடுப்பார்கள் என்று நினைத்தேன். கிடைக்கவில்லை. ஏற்கெனவே கேண்டீன் நடத்தி வந்தவர், உடனே கிளம்பப் போவதாக பயமுறுத்தினார். உங்களால் முடியாவிட்டால் உடனே சொல்லிவிடுங்கள், நாங்கள் வேறு யாரையாவது தேடுகிறோம் என்றார்கள் அலுவலகத்தினர்.

தினமும் குறைந்தது 100 பேருக்குக் காலை, மதிய உணவு தயார் செய்ய வேண்டும். அதற்கு, முதலில் எனக்கென்று ஒரு டீம் வேண்டும். குறைந்தபட்சம் பத்து பேராவது வேலைக்கு அமர்த்தி யாக வேண்டும். அப்போது ஃபாஸ்ட் புட் கடையில் நான்கு பேர் வேலையில் இருந்தார்கள். வீட்டிலிருந்து யாருடைய உதவியை யும் எதிர்பார்க்க முடியாது. என்ன செய்வது?

நான்கு நாட்களில் பத்து பேரை வேலைக்கு அமர்த்தி கேண்டீனை ஆரம்பிக்க முடியுமா?

14

முடியும் என்று சொல்லிக்கொண்டேன். முடியும் என்று தீர்மானித்துக் கொண்டேன்.

அன்றே தினத்தந்தியில் விளம்பரம் கொடுத்தேன். உறவினர்கள், நண்பர்கள் அவர்கள் வீடுகளில் வேலை செய்பவர்கள் எல்லோருக்கும் சொல்லி வைத்தேன். விளம்பரம் பார்த்துவிட்டு மறுநாள் இரண்டு பேர் வீடு தேடி வந்தார்கள்.

இன்னொரு விளம்பரம் கொடுத்தேன். முன் அனுபவம் தேவையில்லை என்பதை ஹைலைட் செய்திருந்தேன். வேலை தெரியாவிட்டாலும் பரவாயில்லை எப்படியாவது சொல்லிக்

கொடுத்துவிடலாம் என்று நம்பினேன். மறுநாள், ஏராளமானவர்கள் தேடி வந்தார்கள்.

செய்ய வேண்டிய வேலைக்கு ஏற்ப, பொருத்தமான நபர்களைத் தேர்வு செய்தேன். கேண்டீனில் டோக்கன் கொடுப்பதற்கு ஒருவர். பிறகு, பாத்திரம் கழுவ, காய்கறி நறுக்க தனி ஆள்கள். பரபரப்பான நேரத்தில் எந்தவொரு வேலை கொடுத்தாலும் பொறுப்புடன் செய்பவர்களாக அவர்கள் இருக்க வேண்டும் என்பதில் தெளிவாக இருந்தேன். அப்படிப்பட்டவர்களை மட்டுமே தேர்ந்தெடுத்தேன்.

கேண்டீன் என்பது தொடர்கதை. திடீரென்று முற்றும் போட்டுவிட முடியாது. மழை பெய்தால் ஃபாஸ்ட் புட் கடையை மூடிவிட்டு வீட்டில் ஓய்வெடுக்கலாம். கேண்டீனை மூட முடியாது. வெயிலோ, மழையோ கேண்டீன் இயங்கியாக வேண்டும். விடுமுறை கிடையாது.

நேரம் தவறக்கூடாது என்பது அடிப்படை விதி. காத்திருப்பவர்களை ஏமாற்றக்கூடாது.

சரியான உணவைச் சரியான நேரத்தில் தயார் செய்தாக வேண்டும். மெனு, எல்லோருக்கும் திருப்திகரமாக அமைய வேண்டும்.

அதே சமயம், காண்ட்ராக்ட் என்பதால் நிறைய லாபம் கிடைக்கும். அதற்கேற்ற உழைப்பையும் தரவேண்டியிருக்கும். என்னிடம் திறமையான இளைஞர்கள் இருந்தார்கள். அவர்களைக் கொண்டு என்னால் வேலையை ஆரம்பிக்க முடிந்தது. உண்மையில், என்னுடைய வெற்றிக்கான அடித்தளம் அவர்கள்தான்.

காலை ஐந்து மணிக்கெல்லாம் எழுந்துவிடுவேன். ஃபாஸ்ட் புட் கடைக்கான ஜூஸ் வகைகளை வீட்டிலேயே தயார் செய்துவிடுவேன். பின்னர் பஸ் பிடித்து மெரினாவுக்குப் போவேன். ஒன்பது மணி வரை அங்கு இருப்பேன்.

ஒன்பது மணிக்குப் பின்னர் அங்கிருந்து கிளம்பி குடிசை மாற்று வாரிய அலுவலக கேண்டீனுக்கு வந்துவிடுவேன். காலை, மதிய உணவுக்கான ஏற்பாடுகளைக் கவனிப்பேன். மாலை 4 மணிக்கு

மேல் மறுபடியும் மெரினா. வியாபாரம் முடிந்து வீடு திரும்பு வதற்கு இரவு பத்து மணியாகிவிடும்.

கேண்டீனில் ஒவ்வொரு நாளும் ஒவ்வொரு மெனு கொடுத்திருந் தார்கள். காலையில் இட்லி, பொங்கல், பூரி என வழக்கமான விஷயங்களோடு புதிதாக ஏதாவது ஒரு உணவு வகை இருக்கும்படிப் பார்த்துக்கொண்டேன். பெரும்பாலும் காலை வேளைக்கான உணவு வகைகளை வீட்டிலேயே தயார் செய்து விடுவோம்.கேண்டீனிலிருந்து ஆள்களை அனுப்பி, சாந்தோம் வீட்டிலிருந்து எடுத்துவரச் சொல்லிவிடுவேன்.

பத்து மணிக்கெல்லாம் மதிய உணவுக்கான சமையல் ஆரம்பித்து விடும். சமையல் அனைத்தும் என்னுடைய மேற்பார்வையில் தான் நடைபெறும். அன்றைய மெனுவை தீர்மானிப்பது, என்னென்ன காய்கறி என்பதையெல்லாம் முடிவு செய்ய வேண்டியது என்னுடைய வேலை. சந்தையில் காய்கறியின் விலையைப் பொறுத்து அன்றைய மெனுவைத் தீர்மானிப்பேன்.

அப்போதெல்லாம் குக் என்று தனியாக யாரும் கிடையாது. ஒரே ஒரு சமையல் மாஸ்டர் இருந்தார். 11 மணிக்கு ஸ்நாக்ஸ் கொடுத்தாக வேண்டும். பஜ்ஜி, கீரை வடை, மசால்வடை சமோசா வகைகள் ரெடியாக தயார் செய்து வைத்திருப்பேன். காபியும் டீயும் காலையிலிருந்து மாலை வரை எந்நேரமும் கிடைக்கும். காபியின் விலை 50 பைசா, டீயின் விலை 35 பைசா.

விலை அதிகம் என்று முணுமுணுக்க ஆரம்பித்தார்கள். அதைப் பற்றியெல்லாம் கவலைப்படாமல் தரத்திலும், மற்ற விஷயங் களிலும் கவனம் செலுத்தினேன். மதிய வேளைகளில் விதவித மான உணவு வகைகளை அறிமுகப்படுத்தினேன். புளிசாதம், தயிர் சாதம், எலுமிச்சை சாதம், சாம்பார் சாதம் ஆகியவற்றோடு, தேங்காய் சாதம், வெஜ் பிரியாணி போன்றவையும் கிடைக்கும் படிச் செய்தேன்.

எங்கள் கேண்டீன் எந்நேரமும் பரபரப்பாக இருந்தது. புதன் கிழமை மற்றும் வெள்ளிக்கிழமைகளில் மக்கள் குறை தீர்ப்பு முகாம் நடைபெறும். அப்போது ஏராளமான பொதுமக்கள் அலுவலகத்துக்கு வருவார்கள். எத்தனை பேர் வருவார்கள் என்கிற எண்ணிக்கையெல்லாம் யாருக்கும் தெரியாது.

அதிகாலையிலிருந்தே கூட்டம் வர ஆரம்பித்துவிடும். முன் கூட்டியே டோக்கன் வாங்கிவிடுவார்கள். மற்ற நாள்களை விடப்

பலமடங்கு அதிகமாகச் சாப்பாடு தயார் செய்ய வேண்டியிருக்கும். கூட்டம் வரவர அதற்கேற்றபடி தேவையும் அதிகமாக இருக்கும்.

அதற்கேற்றாற்போல் மெனுவை அமைத்துக்கொள்வேன். புதன், வெள்ளிக்கிழமைகளில் சப்பாத்தி, பூரி, தோசையெல்லாம் எடுபடாது. பொங்கல், கிச்சடி தயார் செய்யச் சொல்லிவிடுவேன். எத்தனை பேர் வந்தாலும் தாக்குப்பிடிக்க, பொங்கல், கிச்சடி ரகங்கள்தான் சரியான தேர்வு.

பெரிய கூட்டத்தைச் சமாளிப்பதற்கான சமையல் பாத்திரங்களும் என்னிடம் இல்லை. ஏராளமான பணம் முதலீடு செய்து சொந்தமாக வாங்கிக்கொள்ளும் அளவுக்கு வசதியில்லை. வீட்டு சமையல் பாத்திரங்களை வைத்தே நிலைமையைச் சமாளிக்க வேண்டியிருந்தது.

விஸ்தாரமான இடமும் கிடையாது. கேண்டீன் இருந்தது சிறிய இடத்தில். புதன், வெள்ளிக்கிழமைகளில் மக்கள் கூட்டத்துக்கு நடுவே கேண்டீனில் நிற்கவே இடம் இருக்காது.

டோக்கன் விநியோகிப்பதற்கும், பார்சல் செய்வதற்கும் ஆள்கள் இருக்காது. நானே எல்லா வேலைகளையும் செய்வேன். அன்றைய காலகட்டத்தில், ஐயாயிரம் பேருக்கு சாப்பாடு ஏற்பாடு செய்வது என்பது பெரிய விஷயம். மக்கள் வரிசையில் நின்று டோக்கன் வாங்கிச் செல்வார்கள்.

அலுவலகத்தைச் சுற்றியிருந்த பகுதிகளில் வேறு எந்த ஹோட்டலும் இல்லையென்பதுதான் முக்கியமான காரணம். புதன் மற்றும் வெள்ளிக்கிழமைகளில் மட்டும் ஆயிரக்கணக்கில் லாபம் கிடைக்கும். மற்ற நாள்களில் புதுப்புது உணவு வகைகளைத் தருவதால் வரும் இழப்பை இப்படிப்பட்ட சமயங்களில் ஈடு செய்துவிடுவேன்.

சுமார் நூறு பேர் அந்த அலுவலகத்தில் பணியாற்றினார்கள். வெளியிலிருந்து வருபவர்களின் எண்ணிக்கைதான் அதிகம். உணவு வகைகள் போதவில்லை என்றாலோ மிஞ்சிப் போனாலோ நமக்குத்தான் நஷ்டம். கடைசி நேரத்தில் ஏதாவது பற்றாக்குறை ஏற்பட்டால், அதையும் சமாளிக்க வேண்டியிருக்கும்.

உணவு எவ்வளவு தேவை என்பதைக் கணிப்பது ஆரம்பத்தில் சிரமமாக இருந்தது. தேவைக்கு அதிகமாக மிஞ்சிய

பொருள்களை ஃபாஸ்ட் புட் கடையில் பயன்படுத்திக் கொண்டேன். எத்தனை பேர் வருவார்கள், எவ்வளவு தயாரிக்க வேண்டியிருக்கும் என்பதைக் கணிப்பதுதான் ஒவ்வொரு நாளும் எனக்கு முன்னால் இருந்த மிகப்பெரிய சவால்.

காலையில் வந்ததும் முதல் வேலையாக டோக்கன் விநியோகம் செய்துவிடுவோம். எத்தனை டோக்கன் தீர்ந்து போயிருக்கிறது, எத்தனை டீ, காபி என்பதைக் கணக்கெடுத்து, கூட்டத்தினரின் எண்ணிக்கையை ஓரளவு கணிக்க முயன்றேன்.

எங்களைச் சுற்றி நடப்பவற்றை கவனித்துக்கொண்டே இருந் தேன். இன்று சேர்மன் அலுவலகத்துக்கு வருவாரா? வந்தால் மக்களைச் சந்திப்பாரா? குடிசைப் பகுதிகளில் ஏதாவது பிரச்னையா? தீ விபத்து, மழை வெள்ள நிவாரணம் உண்டா? மதியத்துக்கு மேல்,

சேர்மன் அலுவலகத்தில் இருப்பாரா? தேவைப்படும் தகவல் களை எப்படியாவது கேட்டுப் பெற்றுக்கொண்டேன். அதற் கேற்றபடி உணவு மெனு தயார் செய்தேன்.

பெரிய திருவிழாக் கூட்டம் வந்தாலும் உடனே சமாளித்துவிடும் துணிவை கேண்டீன் அனுபவம் அளித்தது. கேண்டீன் நடத்து வதைப் பார்த்து நிறைய ஆர்டர்கள் வர ஆரம்பித்தன. திருமண விழாக்கள், பிறந்த நாள் விழாக்களில் சமையல் செய்யவும் ஆர்டர்கள் தேடி வந்தன. நிறைய பணமும் கொடுக்கத் தயாராக இருந்தார்கள்.

ஆனால், அனைத்தையும் நான் ஏற்றுக்கொண்டுவிடவில்லை. தனிநபர் சம்பந்தப்பட்ட விழாக்கள், உறவினர், நண்பர்களின் குடும்ப விழாக்கள் ஆகியவற்றை நிராகரித்தேன். சமையல் தொழிலை நேர்த்தியாக நடத்த விரும்பினேன். அலுவலகங் களில் கேண்டீன் நடத்துவதுதான் சரியான தேர்வாக எனக்குத் தெரிந்தது.

முதல் இரண்டு மாதங்கள் லாபம் எதுவும் கையில் கிடைக்க வில்லை. ஃபாஸ்ட் புட் கடையே தேவலாம் என்கிற நிலைதான். எனவே அதிகப்படியான செலவுகளைக் குறைக்கலாம் என்று முடிவு செய்தேன்.

சமையலுக்கான பொருள்களை நானே முன்னின்று வாங்கினேன். வார இறுதியில் பிராட்வே சென்று மளிகைச் சாமான்களை மொத்தமாக வாங்கி வந்தேன். கொத்தவால் சாவடிக்கு ஆள் அனுப்பி காய், கறி வாங்கி வரச்செய்தேன். மளிகைச் சாமான்களை மொத்தமாக வாங்கியதால் நிறைய மிச்சப்படுத்த முடிந்தது. வாங்கிய சாமான்களைப் பத்திரமாக வைக்க கேண்டீனில் இடமில்லை. எனவே சாந்தோம் வீட்டு ரூம், ஸ்டாக் ரூம் ஆனது.

மாலை 4 மணிவரை கேண்டீனில் இருப்பேன். அதற்குள் மெரினாவில் விற்பனை செய்ய வேண்டிய ஸ்நாக்ஸ் உணவு வகைகளெல்லாம் கேண்டீனில் தயாராகிவிடும். அதையெல்லாம் எடுத்துக் கொண்டு ஃபாஸ்ட் புட் கடைக்குப் போவேன். அங்கு இரவு 9 மணி வரை வியாபாரம் விறுவிறுப்பாக இருக்கும். ஒரு பக்கம் கேண்டீன், இன்னொரு பக்கம் ஃபாஸ்ட் புட் கடை என நிற்கவே நேரமில்லாத காலம் அது. வாழ்க்கை படு வேகமாகப் போய்க் கொண்டிருந்தது.

•

சமையலைப் பொறுத்தவரை, குரு என்று சொல்லிக்கொள்ள எனக்கு யாருமில்லை. நானாகப் படித்துப் பார்த்து, தெரிந்து கொண்டவைதான். அந்த வகையில், சமையல் புத்தகங்கள்தான் என் வாழ்வின் ஏணிகள். பத்து ரூபாய் கிடைத்தால் கூடச் சமையல் புத்தகங்களாகப் பார்த்து வாங்கி வருவேன். ஆரம்பத்தில் சமையலுக்குத் தேவையான பொருள்களின் பட்டியல் புரியாது. நிறைய சாமான்கள் எப்படியிருக்கும் என்று கூடத் தெரியாது. ஒவ்வொன்றையும் வாங்கி, சமைத்துப் பார்த்துத்தான் தெரிந்து கொண்டேன்.

சமையல் குறித்த விஷயங்கள் இப்போது மீடியாவில் நிறைய கிடைக்கின்றன. சமையல் ஷோ இல்லாத டிவி சேனல்கள் இன்று இல்லை. சமையல் கலை பற்றி ஏராளமான புத்தகங்கள் பெட்டிக்கடைகளில்கூடக் கிடைக்க ஆரம்பித்துவிட்டன. விதவிதமான வகைகள், வகை வகையான மெனுக்கள். எப்படிச் சமைப்பது என்பது முதல் எப்படி பரிமாறுவது என்பது வரை சகலமும் அச்சிடப்பட்டு வருகின்றன. சமீபத்தில், தஞ்சாவூர் சமையல் பற்றி ஒரு குண்டு புத்தகம் படித்தேன். தஞ்சை

மண்ணுக்கே உரிய 200 வகையான சிறப்பு உணவுகளைப் பற்றிப் படித்தபோது ஆச்சர்யமாக இருந்தது.

இணையத்தளத்தில் கிடைக்காத சமையல் குறிப்புகளே இல்லை. கத்திரிக்காயை வைத்து விதவிதமான உணவு வகைகள் எப்படி செய்வது என்று தேடினால் பக்கம் பக்கமாகத் தகவல்கள் கிடைக்கின்றன. அவற்றையெல்லாம் படித்துப் பார்த்து சமையல் செய்வதில் யாருக்கும் சிரமம் இருக்காது. புத்தகங்களில் மட்டுமல்ல சகலத் தரப்பு மக்களும் ஆர்வத்துடன் வாங்கிப் படிக்கும் வாராந்திரப் பத்திரிக்கைகளிலும், நாளேடுகளிலும் சமையல் குறிப்புகள் வெளிவர ஆரம்பித்துவிட்டன.

வீட்டுச் சமையலின் முக்கியத்துவம் குறித்து மக்கள் புரிந்து வைத்திருக்கிறார்கள். படிப்பது, சினிமா பார்ப்பது போன்று சமையலையும் நல்ல பொழுதுபோக்காகத் தயங்காமல் குறிப்பிடுகிறார்கள். புதிது புதிதாகச் செய்து பார்க்கத் துடிக்கும் இளைய தலைமுறையினர் கேட்டரிங் பயிற்சியில் ஆர்வத்துடன் இறங்கியிருக்கிறார்கள்.

முப்பது ஆண்டுகளுக்கு முன்னால் நிலைமை தலைகீழாக இருந்தது. வேறு வேலை கிடைக்காதவர்கள் மட்டுமே சமையல் வேலை செய்ய முன் வந்தார்கள். ஹோட்டல் நடத்துவது, கேண்டீன் நடத்துவது ஆகியவை மக்கள் மத்தியில் பெரிதாக மதிக்கப்படவில்லை. சர்வர் என்கிற வார்த்தைக்கு, பணியாள் என்றே அர்த்தம் சொல்லப்பட்டது.

தற்போது காலம் மாறிவிட்டது. சமையல் கலை வல்லுநர்களை டாக்டர், என்ஜினியர் உயரத்துக்குக் கொண்டாடுகிறார்கள். ஐந்து நட்சத்திர ஹோட்டலில் சர்வராகப் பணிபுரிபவர்களுக்கு சாஃப்ட்வேர் ஆசாமிக்குக் கிடைக்கும் சம்பளத்தை விட அதிகமாகக் கிடைக்கிறது. ஏராளமான கேட்டரிங் பயிற்சி நிறுவனங்கள் ஒவ்வொரு வருடமும் புதிதாக வந்து கொண்டேயிருக்கின்றன. சென்னை நகரத்தின் ஏதாவது ஒரு மூலையில் வாரம் ஒரு ஹோட்டலாவது திறக்கப்படுகிறது.

இது போன்ற மாற்றங்களைப் பார்க்கும்போது சந்தோஷமாக இருக்கிறது. ஆனால், அப்போது, சமையலை மட்டும் நம்பி ஒரு வாழ்க்கையை ஆரம்பித்தபோது பயமாகத்தான் இருந்தது.

நல்லதோ, கெட்டதோ எதுவும் நான் திட்டமிட்டபடி நடந்த தில்லை. அந்தக் காரணத்தாலோ என்னவோ, பெரிய திட்டங்கள் எதையும் நான் எப்போதும் வைத்துக்கொண்டதில்லை.

செய்யும் வேலை மனதுக்குத் திருப்தியாக இருக்கவேண்டும். நல்ல லாபம் வரவேண்டும். குழந்தைகளை நன்றாகப் படிக்க வைக்க வேண்டும். அப்பா, அம்மாவுக்குச் சிரமம் இருக்கக் கூடாது. என்னை நம்பி இருப்பவர்களைக் காப்பாற்றவேண்டும். இவை மட்டுமே எனக்கு முக்கியமாக இருந்தன. ஆனால் விதி வேறு மாதிரி நினைத்தது.

15

1986ம் ஆண்டு என் வாழ்க்கையில் இன்னொரு திருப்புமுனை ஏற்பட்டது. மவுண்ட் ரோடில் இருந்த பேங்க் ஆஃப் மதுரா அலுவலகத்தில் கேண்டீன் ஒப்பந்தத்துக்கான அறிவிப்பு வெளியாகியிருந்தது. பத்திரிக்கைகளில் வந்த விளம்பரம் பார்த்து விண்ணப்பித்தேன்.

ஏகப்பட்ட போட்டி. என்னைக் கூப்பிட்டுப் பேசினார்கள். குடிசை மாற்று வாரிய அலுவலகத்தில் கேண்டீன் நடத்தி வருவது பற்றியும், மெரினா ஃபாஸ்ட் புட் கடையின் மெனுவையும் காட்டினேன். குறைந்தது இரண்டு வருஷமாவது கேண்டீன்

நடத்தியாகவேண்டும், உங்களால் முடியுமா என்று கேட்டார்கள். நிச்சயம் முடியும் என்றேன். ஏற்கெனவே கிடைத்திருந்த அனுபவங்களால் எதையும் சாதிக்க முடியும் என்கிற நம்பிக்கை வந்திருந்தது.

இந்த ஆர்டர் கிடைத்துவிட்டால் நல்லது என்று தோன்றியது. காரணம், இந்தக் கேண்டீனுக்கு வெளியிலிருந்து வருபவர்கள் குறைவு. எத்தனை பேர் சாப்பிடுவார்கள் என்பது முன்கூட்டியே தெளிவாகத் தெரிந்துவிடும். அதற்கேற்றபடி நல்ல தரமான மெனுவை கொடுக்கமுடியும்.

என்னால் நம்பமுடியவில்லை. அத்தனைப் போட்டிகளையும் மீறி எனக்கே வாய்ப்பு கிடைத்தது. தினமும் 300 பேருக்குக் காலை, மதியம் உணவளித்தாக வேண்டும். கணக்குப் போட்டுப் பார்த்தேன். புதிதாகச் சமையல் பாத்திரங்களும் வாங்க வேண்டும். கூடுதல் ஆள்கள் தேவைப்பட்டார்கள்.

மேலும், முன்னர் செய்தது போல் சாந்தோம் வீட்டில் இருந்து சமைத்து எடுத்து வரமுடியாது. அனைத்தையும் அலுவலகத்தில் தான் செய்தாகவேண்டும். வேலைக்கு ஆள்கள் தேவை என்று விளம்பரம் கொடுத்தேன். யாரும் முன்வரவில்லை.

இருந்தாலும், இரண்டாவது யூனிட் ஆரம்பமானது. ஒரு சில வாரங்களிலேயே என்னால் சமாளிக்க முடியாத நிலை வந்து விட்டது. ஒரே நேரத்தில் இரண்டு கேண்டீன்கள் நடத்துமள வுக்கு வசதிகளோ, ஆள்களோ இல்லை. ஏதாவது ஒன்றைக் கைவிட்டாகவேண்டிய நிலை.

எந்தப் பிரச்னை வந்தாலும் மெரினா ஃபாஸ்ட் புட் கடையை மட்டும் மூடிவிடக்கூடாது என்பதில் உறுதியாக இருந்தேன். என்னுடைய வாழ்க்கையில் முதல் முதலாகச் சேவை மனப் பான்மையோடு ஆரம்பித்த கடை அல்லவா?

இறுதியில், குடிசை மாற்று வாரிய அலுவலகத்து கேண்டீன் காண்ட்ராக்ட்டை கைவிடுவது என முடிவு செய்தேன். பாங்க் ஆஃப் மதுரா கேண்டீன் எல்லா விஷயத்திலும் வசதியாக இருந்தது. மெனுவிலும் பல புதுமைகளைச் செய்ய முடிந்தது. நிறைய லாபமும் கிடைத்தது.

வாழ்க்கை மிகவும் பரபரப்பாகப் போய்க்கொண்டிருந்தது. பிள்ளைகள் பள்ளிக்குப் போகும் வயதில் இருந்தார்கள். குடும்பத்தில் மெல்ல வசதி எட்டிப் பார்த்தது. அதைத் தொடர்ந்து சில தலைவலிகளும்.

16

நாராயணன் என்னைத் தேடி கேண்டீனுக்கு வர ஆரம்பித்தார். கைச் செலவுகளுக்குப் பணம் கேட்டார். சில நேரம் குடித்துவிட்டு வந்தார். கணவர் என்னும் உரிமையோடு கல்லாப்பெட்டியின் முன்னால் உட்கார்ந்துகொண்டார்.

அவரை என்னால் கட்டுப்படுத்த முடியவில்லை. எல்லோர் முன்னிலையிலும் சண்டையிட்டார். நான் இல்லாத நேரங்களில், அத்து மீறி நடந்து கொண்டார். ஃபாஸ்ட் புட் கடையிலும், கேண்டீனிலும் கணக்கு வழக்கில்லாமல் செலவு அதிகமாகி, முதல் முறையாக நஷ்டத்தைச் சந்திக்க வேண்டியிருந்தது.

அடிக்கடி வந்து தொல்லை கொடுத்ததால் ஒரு பக்கம் மன உளைச்சல் வாட்டியது. இன்னொரு பக்கம், கேண்டீனைத் திரும்பவும் லாபகரமாக நடத்துவது எப்படி என்று யோசிக்க லானேன். நாராயணனின் நடவடிக்கைகள் பாங்க் ஆஃப் மதுராவில் இருந்தவர்களுக்கும் பிடிக்கவில்லை. பகல் நேரத்தில் பாட்டிலும் கையுமாக கேண்டீனில் இருந்ததால் பிரச்னை இன்னும் முற்றிப் போனது.

பேங்க் ஆஃப் மதுராவில் அவரைக் கூப்பிட்டுக் கண்டித்தார்கள். பெண் ஊழியர்கள் கொடுத்த புகாரின் அடிப்படையில் என்னையும் கூப்பிட்டு விசாரித்தார்கள். உங்கள் கணவர் இங்கே வருவதாக இருந்தால் கேண்டீன் காண்ட்ராக்ட்டை ரத்து செய்வதைத் தவிர எங்களுக்கு வேறு வழியில்லை என்றார்கள்.

மேலதிகாரிகளிடம் என்னுடைய நிலைமையைச் சொல்லிப் பேசிப்பார்த்தேன். அது உங்களது குடும்பப் பிரச்னை. அதில் நாங்கள் தலையிட முடியாது. நீங்கள்தான் காண்ட்ராக்ட் ஓனர். இங்கே எது தப்பா நடந்தாலும் அதற்கு நீங்கள்தான் பொறுப்பு. அவரை உள்ளே நுழையாமல் பார்த்துக்கொள்ளவேண்டிய பொறுப்பு உங்களுடையதுதான் என்றார்கள்.

அன்றாட செலவுக்கான பணத்தை வேண்டுமானால் கொடுத்து விடுகிறேன். கேண்டீன் பக்கம் மட்டும் வரவேண்டாம் என்று நாராயணனிடம் பலமுறை சொல்லிப்பார்த்துவிட்டேன். அவரிடம் எந்த மாற்றமும் இல்லை. எதைப் பற்றிப் பேசினாலும் சண்டையில் முடிந்தது.

அவரை ஒன்றும் ஒன்றும் செய்ய முடியவில்லை. பேங்க் ஆஃப் மதுரா கேண்டீனை நம்பி, குடிசை மாற்றுவாரிய கேண்டீனையும் விட்டுவிட்டு வந்தாகிவிட்டது.

•

என்ன செய்வதென்றே தெரியாமல் ஏகப்பட்ட குழப்பத்துடன் மவுண்ட் ரோடில் நடக்க ஆரம்பித்தேன். அந்த நாளை இன்றைக்கும் என்னால் மறக்க முடியாது.

டிவிஎஸ் ஸ்டாப்பிலிருந்து 27D பிடித்துத்தான் எப்போதும் சாந்தோம் போவேன். அன்று ஏனோ வீட்டுக்குப் போக இஷ்டமில்லை. எங்கேயாவது தொலை தூரமாகப் போய்

தனிமையில் இருந்துவிடவேண்டும் என்று மனம் விரும்பியது. தாம்பரத்தில் ஒரு தோழி இருந்தாள். அவளைப் பார்த்து வரலாம் என்று முடிவு செய்து தாம்பரம் செல்லும் பஸ் வருவதற்காகக் காத்திருந்தேன்.

என்.ஐ.பி.எம் போர்டுடன் உத்தண்டி செல்லும் ஒரு பஸ் பக்கத்தில் வந்து நின்றது. National Institute of Port Management பற்றி நிறைய கேள்விப்பட்டிருக்கிறேன். கிழக்குக் கடற்கரையோரம் உத்தண்டியில் இருக்கிறது. கடல் சார்ந்த படிப்புகளுக்கான இடம். சிறு வயதில் மெரைன் எஞ்சினியராக வேண்டும் என்ற கனவு எனக்குள் இருந்தது. ஆறு மாதம் வேலை; ஆறு மாதம் ஓய்வு என்பது என் ஆர்வத்தைத் தூண்டிவிட்டது.

சட்டென்று ஒரு யோசனை தோன்றியது. என்ஐபிஎம் போய் ஒருமுறை நேரில் பார்த்துவிட்டு வரலாம் என்று முடிவு செய்தேன். தாம்பரம் போவதை ரத்து செய்துவிட்டு உத்தண்டி பேருந்தில் ஏறினேன். பேருந்து சைதாப்பேட்டை தாண்டி அடையாறு வழியாக திருவான்மியூர் அடைந்தது. பின்னர் வலது புறம் திரும்பி பழைய மகாபலிபுரச் சாலையில் எங்கெல்லாமோ சுற்றி விஜிபி சந்தோஷ் பீச்சுக்கு வந்து சேர்ந்தது.

விஜிபியை தாண்டியதும் பஸ்ஸில் கூட்டமில்லை. மூன்று பேர்தான் உட்கார்ந்திருந்தார்கள். இருட்ட ஆரம்பித்துவிட்டது. இன்னும் எவ்வளவு தூரம் போகவேண்டுமோ? பயத்துடன் நடத்துனரிடம் கேட்டேன்.

உத்தண்டிதான் கடைசி நிறுத்தம். நீங்கள் எங்கே இறங்க வேண்டும் என்று கேட்டார். என்ஐபிஎம் என்று சொன்னதும், பயப்படாதீங்க, அங்கே போய்த்தான் யூ டர்ன் எடுப்போம். உங்களைப் பத்திரமா, இறக்கி விட்டுடறேன் என்றார்.

நான் அங்கே போய் இறங்குவதற்குள் மணி ஆறரை ஆகிவிட்டது. எல்லோரும் கிளம்பிக்கொண்டிருந்தார்கள். யாரைச் சந்திப்பது? என்ன பேசுவது?

எந்தவித முன் தீர்மானத்தோடும் நான் வந்திருக்கவில்லை. அப்போது அந்த வாட்ச்மேனைப் பார்த்தேன். அவரிடம் கேட்டேன்.

"இங்கே கேண்டீன் ஏதாவது இருக்கிறதா?'

ஏன் அந்தக் கேள்வியை அவரிடம் கேட்டேன் என்று இன்று வரை எனக்குத் தெரியவில்லை. ஒருவேளை, கேட்காமல் இருந்திருந் தால், ஒரு பெரிய திருப்பு முனையைத் தவறவிட்டிருப்பேன்.

"எங்கேம்மா இருக்கு கேண்டீன்? ஆரம்பிக்கிறதா ரொம்ப நாளா சொல்லிக்கிட்டிருக்காங்க. ஒண்ணும் நடக்கலை. யாரும் வரமாட்டேங்கிறாங்க. வந்தாலும், இரண்டு நாளைக்கு மேல் இருக்க மாட்டேங்கிறாங்க. மெட்ராஸ்ல இருந்து ரொம்ப தூரமா இருக்கிறதால வர்றதுக்கு யோசிக்கிறாங்க.'

இதுதானா எனக்கான வாய்ப்பு? இதைப் பெறுவதற்காகத்தான் இங்கே வந்து சேர்ந்தேனா? அல்லது, வரவழைக்கப்பட்டேனா? எனில், இதனை நான் தவறவிடக்கூடாது அல்லவா?

மதுரா பேங்க் கேண்டீன் எப்போது வேண்டுமானாலும் கை நழுவிப் போகலாம். நம்மை நம்பியிருக்கும் யூனிட் ஆள்களுக்கு எப்படி வழி காட்டுவது?

இதைவிட அற்புதமான ஒரு வாய்ப்பு கிடைக்காது. இதைவிடப் பெரிய இடம் கிடைக்கப்போவதில்லை. ஏன் முயற்சி செய்து பார்க்கக்கூடாது?

தைரியத்தை வரவழைத்துக்கொண்டேன்.

"நிர்வாக அதிகாரியைப் பார்க்கணும். அவரிடம் கேண்டீன் விஷயமா பேசணும்.'

17

அந்த நிர்வாக அதிகாரி, வீட்டுக்குக் கிளம்பிக்கொண்டிருந்தார்.

என்ன விஷயமா வந்திருக்கீங்க என்று விசாரித்தார். கேண்டீன் பணி இருப்பதாகச் சொன்னார்கள், ஆர்டர் கிடைக்குமா என்று விசாரிக்க வந்தேன் என்றேன். நான் எதிர்பார்த்த ஒரு கேள்வியை அவர் கேட்டார். யார் சொன்னாங்க?

ஏதோ சொல்லிச் சமாளித்தேன். கேண்டீன் நடத்திய முன் அனுபவம் உண்டா என்று கேட்டார். குடிசை மாற்று வாரியம், பேங்க் ஆஃப் மதுரா என்று விளக்கினேன். எங்கே தங்கி இருக்கீங்க என்றார். சாந்தோமில் என்றேன்.

"மேடம், நீங்க நினைக்கிற மாதிரி இது ஈஸியான விஷயம் கிடையாது. நிறைய பேர் வந்து பார்த்துட்டு வேண்டாம்னு சொல்லிட்டு போயிருக்காங்க. நீங்க இதுவரைக்கும் 300,400 பேருக்குத்தான் சாப்பாடு தயார் பண்ணியிருப்பீங்க. இங்கே ஒருவேளைக்கு மட்டுமே 1000 பேர் சாப்பிட வருவாங்க... !'

"பரவாயில்லை, என்னால் முடியும்!'

"உங்களால் நிச்சயமா சமாளிக்க முடியாது. இரண்டு பேர் சாப்பாடு நல்லாயிருக்குன்னு சொன்னா இருபது பேர் நல்லாவே இல்லைன்னு கம்ப்ளைண்ட் கொடுப்பாங்க. சாந்தோமில் இருந்து தினமும் வந்து உங்களால் இதை எடுத்து நடத்த முடியாது.'

"இல்லை சார், எனக்கு நம்பிக்கை இருக்கு. ஸ்லம் க்ளியரன்ஸ் ஆபிஸ்ல கூட திடீர்னு கடைசி நேரத்துல ஏகப்பட்ட கூட்டம் வரும். அதையெல்லாம் சமாளிச்சிருக்கேன். இங்கே என்னால எடுத்து நடத்த முடியும்னு தோணுது. என் மேல் நம்பிக்கை வச்சு இந்த ஆர்டரை கொடுங்க. நல்லபடியா செஞ்சுத் தர்றேன்.'

"சரி, முதல்ல நீங்க எங்களோட கேண்டீனை நேர்ல வந்து பாருங்க, அப்புறம் பேசலாம்' என்று அழைத்துப்போனார்.

கேண்டீனை நேரில் பார்த்து மலைத்துப்போனேன். கேண்டீனுக்கு என்றே தனியாக ஒதுக்கப்பட்டிருந்த அந்தப் பிரும்மாண்டமான கட்டடம் பளபளவென்று இருந்தது. தரைத்தளம், முதல் தளம் என இரண்டு தளங்கள். அதுவரை அப்படியொரு சமையல் அறையை நான் பார்த்ததே இல்லை.

ஏராளமான சமையல் பாத்திரங்கள், மின்சார அடுப்புகள், பாய்லர், ராட்சத சைஸில் குண்டான்கள், ஏகப்பட்ட தண்ணீர்க் குழாய்கள் இருந்தன. வரிசையாக, பளபளவென்று மேஜைகள், நாற்காலிகள். பிறகு, ஏர் கூலர், பிரும்மாண்டான விசிறிகள். ஐந்து நட்சத்திர ஹோட்டலில்கூட இப்படிப்பட்ட வசதிகளை நான் பார்த்ததில்லை.

இங்கே கேண்டீன் நடத்துவது என்பது தினமும் ஒரு கல்யாணம் நடத்திப் பார்ப்பதைப் போன்றது. மனதுக்குள் பரவும் பயத்தை வெளிக்காட்டிக்கொள்ளாமல் சகஜமாக இருக்க நினைத்தேன்.

எத்தனை பேர் உங்களிடம் வேலை செய்கிறார்கள் என்று கேட்டால் என்ன பதில் சொல்வது என்று யோசிக்க ஆரம்பித்தேன். அப்போது என்னிடம் பத்துக்கும் குறைவானவர்களே இருந்தார்கள். குறைந்தது இருபது பேரையாவது யூனிட்டில் சேர்த்தாக வேண்டும்.

காலையில் பெட் காபியில் ஆரம்பித்து பிரேக்ஃபாஸ்ட், லஞ்ச், மாலையில் ஸ்நாக்ஸ் என இரவு டின்னர் வரை அனைத்தையும் தயார் செய்ய வேண்டும். குறித்த நேரத்துக்குள் அனைத்தும் தயாராக வேண்டும்.

இப்போது சொல்லுங்கள், உங்களால் இதை எடுத்து நடத்த முடியுமா என்றார் அந்த நிர்வாக அதிகாரி. கொஞ்சமும் தயங்காமல், நிச்சயம் முடியும் சார் என்றேன். இரண்டு நாள்களுக்குள் டைரக்டரிடம் பேசிவிட்டுத் தொலைபேசியில் தகவல் தெரிவிப்பதாகச் சொன்னார்.

நன்றி தெரிவித்து விட்டு அங்கிருந்து கிளம்பினேன். எப்படி வந்தீர்கள் என்று கேட்டார். பஸ் பிடித்து வந்தேன் என்றேன். என்ஐபிஎம் அகாடமி பஸ், அடையார் வரை போகும். அதில் நீங்கள் போய்விடலாம் என்றார்.

என்ஐபிஎம் பஸ்ஸில் அடையாறு வந்து சேரவே எட்டரை மணி ஆகிவிட்டது. அங்கிருந்து ஆட்டோ பிடித்து வீடு போய் சேர்ந்தேன். அம்மாவிடம் நடந்தவற்றைச் சொன்னேன். அவளுக்கு அதிர்ச்சியாக இருந்தது. உத்தண்டி இங்கிருந்து ரொம்ப தூரம். அங்கெல்லாம் போய் உன்னால் வேலை செய்ய முடியாது என்றாள். பேங்க் ஆஃப் மதுரா கேண்டீன் விவகாரம் பற்றி எடுத்துச் சொல்லி அம்மாவின் சம்மதத்தைப் பெற்றுக்கொண்டேன்.

இரண்டு தினங்களில் அழைப்பு வந்தது. டைரக்டரை வந்து நேரில் சந்திக்குமாறு என்ஐபிஎம் நிர்வாக அதிகாரி போன் செய்திருந்தார். அடுத்த நாளே உத்தண்டி கிளம்பினேன். அது வரை எத்தனையோ அலுவலகங்களுக்குப் போயிருக்கிறேன். பெரிய பெரிய அமைச்சர்கள், நிர்வாகிகள் எல்லோரையும் சந்தித்திருக்கிறேன். ஆனால் இம்முறை மனதுக்குள் பயம் இருந்தது.

அப்படியொரு விஸ்தாரமான அறையை நான் பார்த்ததில்லை. கண்ணாடியில் டிசைன் செய்திருந்தார்கள். பெரிய, பெரிய

இருக்கைகள். அறையின் இடது கோடியில் டைரக்டர் அமர்ந்திருந்தார்.

"நீங்கதான் பாட்ரிஷியா நாராயணனா? வெல்கம்!'

நன்றி சொல்லிஅவர் முன்னால் இருந்த சீட்டில் உட்கார்ந்தேன்.

"பெயரே வித்தியாசமாக இருக்கிறதே, உங்க கணவர் நான்-கிறிஸ்டியனா?'

ஆமாம் என்றேன்.

"கேண்டீனைச் சுற்றிப் பார்த்தீங்களா, உங்களால் இந்த காண்ட்ராக்ட்டை எடுத்து நடத்தமுடியுமா?'

நிச்சயமாக என்னால் முடியும் என்றேன்.

"இங்கே ஆயிரக்கணக்கான மாணவர்கள் படிக்கறாங்க. காலையில் ஐந்து மணிக்கே எழுந்து உடற்பயிற்சி பண்ண ஆரம்பிச்சுடு வாங்க. ஏழரை மணிக்கு டிபன் ரெடியா இருக்கணும். கடுமையான பசியோடுதான் சாப்பிட வருவாங்க. வீட்டில் சமைப்பது போல் சமைத்து இங்கே சமாளிக்க முடியாது.'

"பரவாயில்லை சார், எனக்கொரு வாய்ப்பு கொடுங்கள். எந்தப் பிரச்னையும் இல்லாமல் நடத்திக்காட்டுகிறேன்.'

அவருக்கு என் மேல் நம்பிக்கை வரவில்லை. மற்றவர்களிடம் கலந்து பேசிவிட்டு முடிவு செய்வதாகச் சொன்னார். ஏமாற்றத்தோடு வெளியே வந்தேன். என்ஐபிஎம் கேண்டீன் காண்ட்ராக்ட்டைப் பொறுத்தவரை நிறைய பேர் ஒப்புக்கொண்டு, சமாளிக்க முடியாமல் திரும்பியிருக்கிறார்கள். அகாடமி, சென்னையை விட்டு வெளியே வெகு தூரம் இருந்தது. பேருந்து வசதியும் குறைவு.

நான் பெண் என்பதால் டைரக்டர் மிகுந்த தயக்கம் காட்டினார். இனி காண்ட்ராக்ட் நமக்குக் கிடைக்கப்போவதில்லை என்று முடிவு செய்துவிட்டு அதை மறந்துவிட்டேன்.

18

நான்கு மாதங்கள் கழிந்தன. மற்ற வேலைகளில் மும்முரமாக இருந்த போது திடீரென்று ஒரு தொலைபேசி அழைப்பு வந்தது. நிர்வாக அதிகாரி தான் பேசினார். உங்களுக்குத்தான் ஆர்டர் கொடுக்கப்போகிறோம். ஒரு வாரத்துக்குள் கேண்டீனை உங்கள் கட்டுப்பாட்டில் எடுத்துக்கொள்ள வேண்டும், உடனே நேரில் வாருங்கள் என்றார்.

அவர் சொன்னபடி, ஒரு வார கால அவகாசம்தான் கிடைத்தது. திங்கள் காலையில் அழைப்பு வந்தது. அன்று மாலையே தினத்தந்திக்கு விளம்பரம் கொடுத்தேன். புதன்கிழமை வெளி யான விளம்பரம் பார்த்து நிறைய பேர் தேடி வந்தார்கள்.

உத்தண்டியில் இருப்பவர்களாக இருந்தால் வசதியாக இருக்கும் என்று நினைத்தேன். நேரில் சென்று அவர்களைப் பார்த்து தேர்ந் தெடுத்தேன். அப்போது என்னுடைய யூனிட்டில் இணைந்த சிலர் இருபது வருடங்களாக என்னுடன் இருப்பது பெருமைக்குரிய விஷயம்.

வியாழக்கிழமைக்குள் யூனிட் ஆள்களைத் தேர்வு செய்து விட்டேன். வெள்ளியன்று அதிகாலை கொத்தவால்சாவடி சென்று காய்கறிகள் வாங்கிக்கொண்டேன். ஒரு வேனை வாடகைக்கு அமர்த்தி அதில் எல்லாவற்றையும் ஏற்றிக்கொண்டு உத்தண்டி புறப்பட்டுவிட்டேன். அப்பா, அம்மா, தம்பி எல்லோரும் உடன் வந்தார்கள். என்னுடன் பேசவில்லை யென்றாலும் அப்பா, என் நலம் விரும்பியாகவே இருந்தார். எல்லா விஷயங்களிலும் எனக்கு உறுதுணையாக இருந்தார்.

•

காலையில் எழுந்ததும் பெட் காபி கொடுத்தாக வேண்டும். பின்னர் காலை உணவு. மதியம், இரவு இரண்டு வேளையும் நல்ல, திடமான மெனு அளிக்கவேண்டும். அவை என்னென்ன என்று முன்கூட்டியே அலுவலகத்தில் தெரிவித்துவிட வேண்டும். நோட்டீஸ் போர்டிலும் எழுதியாக வேண்டும்.

இங்கே இரண்டு மாதங்களுக்கு ஒருமுறை சர்வதேச மாநாடு நடைபெறும். அதற்குத் தேவையான ஸ்நாக்ஸ் உணவு வகைகள், கேக், விதவிதமான மேற்கத்திய உணவு வகைகள், டீ, காபி, ஜூஸ் அனைத்தையும் தயார் செய்ய வேண்டும்.

தேவைக்கு அதிகமாக மிஞ்சினால், அடுத்த வேளைக்குப் பயன்படுத்தக்கூடாது என்பது பொது விதி. சிக்கன், மட்டன் வகையறாக்கள் மிஞ்சினால், பேக் செய்து வீட்டுக்கு எடுத்து வந்துவிடுவேன்.

கேண்டீனிலிருந்து அகாடமியின் மெயின் கேட் வருவதற்கே பத்து நிமிஷமாகிவிடும். பின்னர் அங்கிருந்து அரை கி.மீ தொலைவில் இருக்கும் உத்தண்டி பஸ் ஸ்டாப் வரை நடக்க வேண்டும். எட்டு மணிக்குமேல் வெளியே வந்தால் இருட்டில் தடுமாற வேண்டியிருக்கும். அப்போது மின்சார வசதியெல்லாம் கிடையாது.

ஒவ்வொரு வாரமும் செக் கிடைக்கும். திங்கள் கிழமை முதல் ஞாயிற்றுக் கிழமை வரையிலான கேண்டீன் பில் அடுத்த வாரத்தில் கையெழுத்தாகி, ஒவ்வொரு புதன்கிழமையும் கையில் செக் கொடுப்பார்கள். முதல் வாரத்தின் இறுதியில் 80,000 ரூபாய் கிடைத்தது. வாழ்க்கையில் அப்படியொரு பெரிய தொகையை நான் பார்த்ததில்லை.

செக்கைப் பத்திரமாக கைப்பையில் வைத்தபடி நடக்க ஆரம்பித்தேன். உத்தண்டி பஸ் ஸ்டாப்பை நெருங்கும் நேரத்தில் எனக்குப் பின்னால் பைக் சத்தம் கேட்டது. என்னைத் தேடி நாராயணன் வந்திருந்தார். பைக்கில் சாந்தோம் வீட்டில் விட்டு விடுவதாகச் சொன்னார். நானும் ஏறிக்கொண்டேன்.

எனக்கு 80,000 ரூபாய் செக் கொடுக்கப்பட்ட விஷயம் எப்படியோ அவருக்குத் தெரிந்துவிட்டது. என்னிடம் செலவுக்குப் பணம் கேட்டார். தரமுடியாது என்று மறுத்துவிட்டேன். காண்ட்ராக்ட்டை அவர் பெயருக்கு மாற்றும்படி மிரட்டினார். நான் பணியவில்லை. கோபத்தில், விஜிபிக்கு பக்கத்திலேயே என்னை இறக்கி விட்டுவிட்டுக் கிளம்பிவிட்டார்.

கையில் செக் தவிர வேறு ஏதும் பணமில்லை. ஒரு ஆட்டோ பிடித்து வீடு வந்து சேர்ந்தேன். அன்று போனவர்தான் வீடு திரும்பவேயில்லை.

19

சாந்தோமிலிருந்து தினமும் உத்தண்டிக்கு வந்து போய்க்கொண்டு இருந்தேன். காலை ஆறுமணிக்குக் கிளம்பி வந்தால் இரவு ஒன்பது மணி வரை உத்தண்டியில் இருக்க வேண்டி யிருந்தது. உத்தண்டியிலேயே தங்கு மிடம் ஏதாவது கிடைக்குமா என்று பார்த்தேன். அகாடமியில் தங்க இடம் கொடுத்தார்கள்.

எழு மாதங்களுக்குப் பிறகு நாராயண னிடமிருந்து வக்கீல் நோட்டீஸ் வந்தது. என்னுடைய சொத்து விஷயங் களில் அவருக்கும் பங்கு உண்டு என்று உரிமை கேட்டு நோட்டீஸ் அனுப்பப் பட்டிருந்தது. பிள்ளைகள் இருவரும் மைனர்கள் என்பதால் என்னுடைய

காலத்துக்குப் பிறகு, சொத்துகளுக்கு அவரே வாரிசு என்கிற ரீதியில் எழுதப்பட்டிருந்த அந்த வாசகங்களைப் பார்த்து பயந்து போனேன்.

இந்திய வாரிசுரிமைச் சட்டத்தின்படி ஒரு பெண்ணின் சொத்து, கணவனுக்கும், குழந்தைகளுக்கும் சரிசமமாகப் பிரித்து வழங்கப் படுகிறது. பணத்துக்கு ஆசைப்பட்டு யாரும் எதையும் செய்து விடலாம்.

என் பிள்ளைகள் இன்னமும் வயதுக்கு வராத நிலையில், நிலைமை நாராயணனுக்குத்தான் சாதகமாக இருந்தது. அதனால், முறைப்படி விவகாரத்து செய்வதுதான் சரியான வழி என்று நண்பர்கள் ஆலோசனை சொன்னார்கள்.

திருவான்மியூரில் ஓர் இலவச சட்ட உதவி மையம் இருந்தது. அங்கே போய் விசாரித்தால் உதவி கிடைக்கும் என்றார்கள். முதலில் ஒரு நல்ல வக்கீலாகப் பிடித்து பதில் நோட்டீஸ் அனுப்ப வேண்டும் என்றார்கள்.

திருவான்மியூர் தியாகராஜா தியேட்டர் பின்புறம் அந்த சட்ட உதவி மையம் இருந்தது. வயதில் மூத்த ஒரு பெண் வழக்கறிஞர் இருந்தார். அவரிடம் என்னுடைய பிரச்னையைச் சொன்னேன். விவாகரத்துக்கு விண்ணப்பிக்க வேண்டும், கொஞ்சம் பணம் செலவாகும். இதை விட்டால் வேறு நிரந்தரத் தீர்வு கிடையாது என்றார்.

முதலில் பதில் நோட்டீஸ் அனுப்பினேன். என்னுடைய சொத்து களெல்லாம் நானே சம்பாதித்தவை. அதற்கு யாரும் உரிமை கொண்டாட முடியாது என்று தெளிவாக அதில் குறிப்பிட்டிருந் தேன். குடும்ப நல நீதிமன்றத்தில் விவாகரத்து வழக்கு தாக்கல் செய்தேன்.

அவ்வப்போது அந்த வழக்கறிஞரைப் பார்த்து வருவேன். ஒரே மாதத்தில் விவாகரத்து கிடைத்துவிடும் என்று ஆறுதலாகப் பேசினார். விவகாரத்து செய்வதில் உள்ள சட்டச் சிக்கல்கள், நடைமுறை விதிகளெல்லாம் எனக்கு சரியாகத் தெரியாது. நாராயணன் உங்களைக் கொல்லவும் முயற்சிக்கலாம். அதற்கு முன் விவகாரத்து கிடைக்கவேண்டும் என்றெல்லாம் பேசியது உள்ளுக்குள் பயத்தை ஏற்படுத்தியது.

திருமணச் சான்றிதழ், புகைப்பட ஆல்பம் என்று கேட்டதை யெல்லாம் கொண்டு வந்து கொடுத்தேன். வழக்கு இந்த வாரம் விசாரணைக்கு வரும், அடுத்த வாரம் வரும் என்று இழுத்தடித்தார் கள். ஃபீஸ் மட்டும் கறாராகக் கேட்டு வாங்கிக் கொண்டார்கள்.

வழக்கறிஞரைத் தேடி மாதக்கணக்கில் அலைந்தேன். அவரது ஜூனியர்களை மட்டுமே பார்க்க முடிந்தது. வக்கீல் ஃபீஸ், அலைச்சல் என 40 ஆயிரம் ரூபாய் வரை செலவானது. விவகாரத்து வழக்கில் எந்த முன்னேற்றமும் இல்லை.

குடும்ப நல நீதிமன்றங்கள் அப்போதுதான் ஆரம்பிக்கப் பட்டிருந்தன. குடும்பத்தில் கணவன், மனைவிக்கு இடையே ஏற்படும் விரிசல்கள், மண விலக்கு, விவாகரத்து, குழந்தை பராமரிப்பு, ஜீவனாம்சம், சொத்துரிமை போன்ற குடும்ப விவகாரங்கள் தொடர்பான வழக்குகளை இந்த நீதிமன்றங்கள் விசாரிக்கும் என்று தெரிந்தது.

இரு துருவங்களாக விலகி நிற்கும் கணவன் மனைவிக்கு இடையே சமரசத்தை ஏற்படுத்துவதுதான் இந்த அமைப்பின் நோக்கம். குடும்ப நல நீதிமன்ற நீதிபதி, தேவைப்பட்டால் உளவியல் நிபுணர்கள், மருத்துவர்கள், சமூக நல ஆய்வாளர்கள் ஆகியோரின் சேவைகளையும் பயன்படுத்திக்கொள்வார்கள்.

வழக்கு விசாரணை நடைபெற்றுக் கொண்டிருக்கும்போது, ஏதாவதொரு கட்டத்தில் கணவனுக்கும் மனைவிக்கும் இடையில் சமரசம் ஏற்படுவதற்கான அறிகுறி தென்பட்டால், வழக்கு விசாரணையைத் தள்ளிவைத்து விட்டு, அவர்களைச் சேர்த்து வைக்க முயற்சி செய்வார்கள்.

என் வழக்கைப் பொறுத்தவரை, சமரசத்துக்கான எந்தவொரு வாய்ப்பும் இல்லை. ஆனாலும், ஏனோ விசாரணைக்கு எடுத்துக் கொள்ளவேயில்லை. குடும்ப நல நீதிமன்றத்தில் எந்தெந்த வழக்கு விசாரணைக்கு எடுத்துக்கொள்ளப்படுகிறது என்பதை முன்கூட்டியே அறிவித்துவிடுவார்கள். நோட்டீஸில் என் னுடைய பெயர் இருக்கிறதா என்று தினமும் பார்ப்பேன். ஒரு கட்டத்தில், பொறுமை இழந்து அந்தப் பெண் வழக்கறிஞரிடம் சண்டையிட்டேன்.

சட்டப்படி, குடும்ப நல நீதிமன்றங்களில் வழக்குத் தொடுப்ப தற்கு வழக்கறிஞர் வைத்துக்கொள்ளவேண்டிய அவசிய

மில்லை. தேவைப்பட்டால், சட்ட நிபுணரின் ஆலோசனையைப் பெறலாம். அது போதும் என்று முடிவு செய்தேன். அந்தப் பெண் வழக்கறிஞரின் ஆலோசனை இனியும் தேவையில்லை என்று முடிவு செய்தேன். நானே என்னுடைய வழக்கை நேரடியாகப் பார்த்துக்கொண்டேன்.

ஒரு சில மாதங்கள் கழித்து, குடும்ப நல நீதிமன்றத்தில் விசாரணைக்குக் கூப்பிட்டார்கள். நீதிபதியிடம் என்னுடைய பிரச்னைகளை விவரித்தேன். உடனே விவகாரத்து கிடைத்து விட்டது.

என்ஐபிஎம் கேண்டீன் எனக்கு நல்ல பெயரை வாங்கிக்கொடுத் தது. கிட்டத்தட்ட எட்டு ஆண்டுகள் என்ஐபிஎம் கேண்டீன் பொறுப்பில் இருந்திருக்கிறேன். யாரும் என்னுடைய பணியில் குறை கண்டதில்லை. எனக்குக் கிடைத்த பெரிய விசிட்டிங் கார்டு இதுவே.

தொடர்ந்து நிறைய கேண்டீன் ஆர்டர்கள் என்னைத் தேடி வந்தன. அப்படி வந்ததுதான் ராகாஸ் பல் மருத்துவக் கல்லூரியின் கேண்டீன். அதுவும் உத்தண்டியிலேயே இருந்ததால் உடனே சம்மதம் சொன்னேன்.

20

*அ*து 1994ம் ஆண்டு. கல்லூரியில் என்னுடைய வசதிக்கேற்ப கேண்டீனை அமைத்துக்கொள்ள முழு சுதந்தரம் கொடுத்தார்கள். கேண்டீனை நானே டிசைன் செய்தேன். என்ஐபிஎம்மில் ஒரு யூனிட்டும், ராகாஸ் கல்லூரியில் இன்னொரு யூனிட்டுமாக வெற்றிகரமாக நடத்த முடிந்தது.

ஆரம்பத்தில் சாந்தோமிலிருந்து உத்தண்டிக்கு ஆட்டோவில் வந்து போனேன். தினமும் காலை எழுந்தவுடன் ராயபுரத்துக்கு போய் மீன் வாங்கி வரவேண்டும்.பாரிமுனையில் மொத்தமாக மளிகைப் பொருள்கள் கிடைக்கும். வாரத்துக்கு இரண்டு

முறை கொத்தவால்சாவடி சென்று காய்கறிகள், பழங்கள் வாங்கி வந்தோம்.

அடிக்கடி அலைய வேண்டியிருந்ததால், சொந்தமாக ஒரு கார் வாங்கலாம் என்று முடிவு செய்தேன். 1992ல் என்னுடைய நண்பர் ஒருவரிடமிருந்து ஒரு அம்பாசிடர் காரை பழைய விலைக்கு வாங்கினேன். காரின் எண் TN 097470. முதல் கார் அனுபவத்தை மறக்கவே முடியாது.

என்ஐபிஎம்மில் அடிக்கடி சர்வதேச கருத்தரங்கு நடைபெற்றது. வெளிநாடுகளிலிருந்து ஏராளமானவர்கள் கலந்து கொண்டனர். மத்திய தரைவழிப் போக்குவரத்துத் துறை அமைச்சகத்தின் சார்பில் அதிகாரிகளும் கலந்து கொண்டார்கள். ஒவ்வொரு ஆண்டும் மூன்று நாள்கள் நடைபெறும் திருவிழா அது.

வெளியூர்களிலிருந்து குறைந்தது 500 அல்லது 600 பேர் வந்து தங்கியிருப்பார்கள். மொத்தத்தில் 2000 பேருக்கு மூன்று வேளை ஸ்பெஷல் உணவு தயார் செய்ய வேண்டியிருக்கும். வெஜ், நான்வெஜ், வெஸ்டர்ன், சைனீஸ் என்று சகலவிதமான பண்டங்களும் மெனுவில் இடம்பெறும்

இதுபோன்ற சமயங்களில், கூடுதலாக சிலரை ஒப்பந்த அடிப் படையில் வேலைக்கு அமர்த்திக்கொள்வேன். இரண்டு, மூன்று நாள்கள் அங்கேயே தங்கியிருந்து அவர்கள் வேலை செய்ய வேண்டியிருக்கும். அப்படித்தான் சிவகுமார் வந்து சேர்ந்தான்.

சிவகுமாருக்கு சொந்த ஊர் வேலூர். வயது இருபத்து இரண்டு இருக்கும். சுறுசுறுப்பாக இருந்தான். எந்த வேலைக் கொடுத்தாலும் சளைக்காமல் செய்து முடிப்பான். வேலூரில் ஒரு ஹோட்டலில் வேலை பார்த்த அனுபவம் இருந்ததால், அவனால் எந்த வேலையையும் எளிதாகச் செய்ய முடிந்தது.

என்னுடைய யூனிட்டில் வேலை பார்ப்பவர்களிடம் நான் எந்தப் பேதமும் பார்ப்பதில்லை. வேலை என்று வந்துவிட்டால் தயங்காமல் செய்யவேண்டும் என்று எதிர்பார்ப்பேன்.

வாரம் ஒரு முறை இரண்டு கேண்டீன்களுக்கும் சேர்த்து மளிகைச் சாமான்கள், காய்கறிகள் ஆகியவற்றை வேனில் எடுத்து வருவேன். வேன் வந்துவிட்டால் எல்லோரும் வந்து ஆளுக் கொரு மூட்டையைத் தூக்கிச் சென்று ஸ்டோர் ரூமில் வைக்க

வேண்டும். நானும் அவர்களோடு சேர்ந்து வேனில் இருந்து மளிகைச் சாமான்களை இறக்கி வைப்பதுண்டு.

நிறைய பேர் மூட்டை தூக்குவதற்குத் தயங்குவார்கள். சிலர் வேண்டுமென்றே அந்த வேலையைத் தவிர்ப்பார்கள். பலரை அதட்டி வேலை வாங்க வேண்டியிருக்கும். சிவகுமார் நான் சொல்வதற்கு முன்பாகவே வேலையைச் செய்து முடித்து விடுவான்.

•

திங்கட்கிழமை காலை செமினார் ஆரம்பிப்பதாக இருந்தது. சனி, ஞாயிறு இரண்டு நாட்களும் அதற்கான ஏற்பாடுகளில் பரபரப்பாக இருந்தேன். சனிக்கிழமையே மளிகைச் சாமான்கள் வாங்கி வைத்தாகிவிட்டது. ஞாயிற்றுக்கிழமை கொத்தவால் சாவடி சென்று காய்கறிகள்,பழம் ஆகியவற்றை வாங்கிக் கொண்டு வேனில் ஏற்றியபடி மதியம் உத்தண்டிக்கு வந்து சேர்ந்தேன். வெளியே நல்ல மழை கொட்டிக்கொண்டிருந்தது.

எல்லோரையும் போல் சிவகுமாரும் காய்கறி மூட்டைகளை வேனிலிருந்து இறக்கி, ஸ்டோர் ரூமில் அடுக்கி வைத்தான். மதியம் மூன்று மணிக்கு மேல் ஒவ்வொரு கவுண்டராக சென்று மெனு சரியாக எழுதப்பட்டிருக்கிறதா என்று சரிபார்த்துக் கொண்டிருந்தேன். அந்த நேரத்தில், என் யூனிட்டின் செஃப் என்னைத் தேடி வந்தார்.

மேடம், ஊரிலிருந்து கெட்ட செய்தி வந்திருக்கிறது. என் தங்கையின் கணவர் கார் விபத்தில் சிக்கிக்கொண்டுவிட்டார், பிழைப்பது கஷ்டம் என்று சொல்லிவிட்டார்கள். அவசியம் ஊருக்குப் போயாக வேண்டும் என்றார்.

அதிர்ச்சியாக இருந்தது. அவர் இருப்பார் என்கிற நம்பிக்கையில் தான் நான் வெஜ் மெனுவை டிசைன் செய்து டைரக்டரிடம் கொடுத்து ஒப்புதல் வாங்கியிருந்தேன். அவர் இல்லாவிட்டால் யாரை வைத்து சமாளிப்பது? காலை திரும்பி வந்துவிடுகிறேன் மேடம் என்றார் அவர். அவரை உடனே அனுப்பி வைத்தேன். முதலில் கிளம்புங்கள். எல்லாவற்றையும் நான் பார்த்துக்கொள் கிறேன். அவசரப்படாமல், பொறுமையாக அவரைக் கவனித்துக் கொள்ளுங்கள்.

அனுப்பிவிட்டேன். ஆனால், ஐந்து மணிக்கு சமையல் வேலைகளை ஆரம்பித்தாக வேண்டும். காய்கறிகளையெல்லாம் வெட்டி தயாராக எடுத்துவைத்துவிட்டால் இரவு உணவைத் தயார் செய்துவிடலாம்.

மறுநாள் செமினார். காலை உணவு, மதிய உணவுக்கான வேலைகளை இரவே ஆரம்பித்தாக வேண்டும். செஃப் இல்லை. வெளியே பலத்த மழை. அந்த நேரத்தில்தான் அடுத்த அதிர்ச்சி வந்து சேர்ந்தது.

'மேடம், நம்ம சிவகுமாரு ஸ்டோர் ரூம்ல ரத்த வாந்தி எடுத்து மயங்கி விழுந்து கிடக்கிறான் மேடம்!'

21

உள்ளே நுழைந்தால் சுவரெல்லாம் ரத்தம். பீட்ரூட்டை வெட்டி இறைத்தது போல் தரையில் கட்டிக் கட்டியாக ரத்தம் உறைந்து கிடந்தது. சுவரோரமாக இருந்த ஒரு காய்கறி மூட்டையின் மீது சிவகுமார் மயங்கிக் கிடந்தான். கண்கள் சொருகி, வயிறு ஒட்டிப் போயிருந்தது.

சிவகுமார் மயங்கிக் கிடந்த நிலையையும், சுற்றிலும் குளம் போல் காட்சியளித்த ரத்த வெள்ளத்தையும் பார்த்த போது எனக்கு மயக்கம் வருவது போல் இருந்தது.

அகாடமி கேம்பஸில் இருந்த டாக்டரை எப்படியாவது அழைத்து வரச்

சொன்னேன். கொட்டும் மழையில் வந்த டாக்டர், சிவகுமாரின் நாடியைப் பிடித்துப் பார்த்தார். முகத்தில் தண்ணீர் தெளித்து மயக்கத்தைப் போக்கினார். இதுவரை இப்படி வாந்தி எடுத்ததே யில்லை என்றான் சிவகுமார். அரை மணி நேரத்துக்கு முன்பு வரைகூட நன்றாகத்தானே இருந்தான் என்று சொல்லிக் கொண்டிருந்தார்கள் யூனிட் ஆள்கள்.

திரும்பவும் நாடியைப் பிடித்துப் பார்த்துவிட்டு, உடனே மருத்துவமனைக்குக் கொண்டு போகவேண்டும் என்றார் மருத்துவர். சிவகுமார் தொடர்ந்து வாந்தி எடுத்துக் கொண்டிருந்தான். அவன் உடல் சில்லென்று இருந்தது. வாயிலிருந்து கட்டி, கட்டியாக ரத்தம் கோழையாக வந்து கொண்டிருந்தது.

எனக்கு கை, கால் ஓடவில்லை. சிவகுமாரை உடனே மருத்துவ மனைக்கு அழைத்துச் சென்றாக வேண்டும். ஆம்புலன்ஸ் ஏதாவது கிடைக்குமா என்று கேட்டுப் பார்த்தேன். அகாடமியில் இருக்கும், விசாரிக்கிறேன் என்று ஒருவர் கிளம்பினார்.

மருத்துவர் அவசரப்படுத்தினார். உடனே செல்லவேண்டும் என்றார். சிவகுமாரை என்னுடைய காரில் ஏற்றிச்செல்லுமாறு சொல்லிவிட்டு வாசலுக்கு ஓடினேன். என் டிரைவரைத் தேடினேன். ஆளைக் காணோம். வண்டியை நானே ஸ்டார்ட் செய்தேன். நான்குபேர் சிவகுமாரைத் தூக்கி வந்து பின் இருக்கை யில் படுக்க வைத்தார்கள். கூடவே யூனிட் ஆட்கள் இருவரையும் வண்டியில் ஏற்றிக்கொண்டு கிளம்பினேன்.

அருகில் ஏதாவது மருத்துவமனை இருக்குமா என்று பார்த்துக் கொண்டே வந்தேன். உத்தண்டியில் மருத்துவமனை எதுவும் இல்லை,திருவான்மியூர்தான் போக வேண்டும் என்று சொன்னார் கள். வண்டியை திருவான்மியூர் பக்கம் திருப்பினேன்.

ஸ்வரம் மருத்துவமனைக்குப் போய் சேர்ந்தேன். போகும் வழியெல்லாம் சிவகுமார் ரத்த வாந்தி எடுத்துக்கொண்டிருந் தான். காருக்குள் ஒரே ரத்த வாடை. காரை நிறுத்திவிட்டு, பதை பதைப்புடன் இறங்கினேன். சிவகுமார் அவசர சிகிச்சைப் பிரிவில் சேர்க்கப்பட்டான். வீட்டுக்கு போன் செய்து அம்மா, அப்பாவிடம் விஷயத்தைச் சொல்லி உடனே விரைந்து வருமாறு சொன்னேன்.

போதுமான ரத்தம் கையிருப்பில் இல்லை. அடுத்த இரண்டு மணி நேரத்துக்குள் குறைந்தபட்சம் 5 பாட்டில் ரத்தம் தேவைப்படும் என்றார்கள். வடபழனியில் விஜயா மருத்துவ மனைக்குப் பக்கத்தில் ஒரு ரத்த வங்கி இருப்பதாகச் சொன்னார் கள். அங்கே போனால் ரத்தம் கிடைக்குமாம். நான் நடுங்கிக் கொண்டிருந்தேன். அந்த மருத்துவமனை சூழலும் சிவகுமாரின் பரிதாப நிலையும் என் வயிற்றைப் பிசைந்து கொண்டிருந்தது.

இந்த நேரத்தில் வண்டியை எடுத்துக்கொண்டு என்னால் எங்கேயும் போகமுடியாது என்பதால் அப்பாவும், அவர் நண்பரும் கிளம்பினார்கள். அம்மாவையும் துணைக்கு யூனிட் ஆள்களையும் இருக்கச் சொன்னேன். பின்னர் சிவகுமாரின் உறவினருக்கு போன் செய்து வேலூரில் இருந்த அவன் பெற்றோருக்குத் தகவல் சொல்லுமாறு சொன்னேன்.

என்ஐபிஎம்மில் மாலை ஐந்து மணிக்கு ஆரம்பிக்கப்பட வேண்டிய வேலைகள் எதுவும் நடக்கவில்லை. எல்லோரும் எங்களுக்காகக் காத்துக்கொண்டிருந்தார்கள். நான் உத்தண்டிக்கு கிளம்பினேன்.

சிவகுமாருக்கு இப்போது பரவாயில்லை என்று சொன்னார்கள். ஆனால், இன்னமும் ஐசியூவில்தான் வைத்திருந்தார்கள். காலையில் சரியாகிவிடும் என்று சொன்னபிறகுதான் மற்றவர்கள் வேலைக்குத் திரும்பினார்கள்.

காலை சமையலுக்கான வேலைகள் ஆரம்பமாயின. வடபழனி யில் ரத்தம் கிடைக்காமல் வேறு எங்கோ போய் ஐந்து பாட்டில் ரத்தம் ஏற்பாடு செய்துகொண்டு அப்பா திருவான்மியூர் திரும்பி யிருந்தார். அதற்குள் மணி நள்ளிரவு இரண்டாகியிருந்தது.

இரவு முழுவதும் யாருக்கும் உறக்கமில்லை. மறுநாள் காலை தொலைபேசி செய்து விசாரித்தேன். நிலைமை இப்போது பரவாயில்லை என்றாள் அம்மா. எப்படியாவது சமாளித்துக் கொள்ளுங்கள், இங்கே மதிய உணவு முடிந்ததும் கிளம்பி வந்துவிடுகிறேன் என்றேன். வெளியே மழை பெய்து கொண்டே இருந்தது.

மதியம் ஒரு மணிக்கு சிவகுமாரின் உடல்நிலை மோசமடைந்து விட்டது. மலர் மருத்துவமனைக்கு அழைத்துப்போக சொல்லி

விட்டார்கள். ஆம்புலன்ஸில் அம்மா சிவகுமாருடன் கிளம்பி விட்டார். என்னை நேராக மலர் மருத்துவமனைக்கு வரச் சொல்லிவிட்டார்.

டைரக்டரிடம் விஷயத்தைச் சொல்லிவிட்டு அங்கிருந்து கிளம்பினேன். இரவு உணவுக்கான மெனுவில் ஒரு சில உணவு வகைகளை மாற்றம் செய்ய வேண்டியிருந்தது. அது சம்பந்தமாக சமையல் மாஸ்டரிடம் விளக்கிச் சொன்னேன். பேசிக் கொண்டிருக்கும்போதே அடுத்த போன் வந்தது.

மலர் மருத்துவமனையில் இருந்து அப்பாபேசினார்.

'இன்னும் அவன் அபாயக் கட்டத்தைத் தாண்டவில்லை. உடனே அறுவை சிகிச்சை செய்தாக வேண்டும். இல்லாவிட்டால் பையனைக் காப்பாற்ற முடியாது என்கிறார்கள். ஆபரேஷனுக்கு 3 லட்சம் செலவாகும். முதலில் ஒரு லட்சத்தை அட்வான்ஸாக கட்டிவிட்டு, பேப்பரில் கையெழுத்துப் போடச் சொல்கிறார் கள்!'

மூன்று லட்சம் என்பது அப்போது எனக்கு மிகப்பெரிய தொகை. என்னுடைய கைப்பையில் இருந்தது வெறும் 2000 மட்டுமே. வீட்டில் பீரோவையும பெட்டியையும் துழாவினாலும் பத்தா யிரத்துக்கு மேல் கிடைக்க வாய்ப்பில்லை. நண்பர்கள், உறவினர் களிடம் இருந்து இன்னொரு பத்தாயிரத்தை ரெடி செய்யலாம். ஆனால், இருபதாயிரத்தை வைத்துக்கொண்டு என்ன செய்துவிட முடியும்?

என்னம்மா செய்யலாம் என்றார் அப்பா.

'அப்பா, நீங்க ஆகவேண்டியதை கவனியுங்கள். உடனே பேப்பரில் கையெழுத்தைப் போட்டு, ஆபரேஷனை ஆரம்பிக்கச் சொல்லுங்க. நான் எப்படியாவது பணத்தோடு வர்றேன்!'

அடுத்த அரை மணி நேரத்துக்குள் ஒரு லட்சத்தைப் புரட்டியாக வேண்டும். அவ்வளவு பெரிய தொகையை என்னை நம்பிக் கடனாக யார் கொடுப்பார்கள்?

வங்கிக் கடன் எடுக்கக்கூட ஓரிரு நாள்கள் அவகாசம் தேவைப் படும். அப்போதெல்லாம் கிரெடிட் கார்ட், டெபிட் கார்ட் எதுவும் கிடையாது. எங்கே போய் பணத்தைத் தேடுவது?

ஏகப்பட்ட குழப்பத்தோடு மலர் மருத்துவமனைக்குக் கிளம்பினேன்.

என் காரில் ரத்தம் கட்டியாக உறைந்து கிடந்தது. என்ஐபிஎம்மின் டைரக்டர் அவரது காரையும் டிரைவரையும் எனக்கு உதவியாக அனுப்பி வைத்தார். அரைமணி நேரத்துக்குள் அவசர அவசரமாக மலர் மருத்துவனைக்குச் சென்று இறங்கினேன்.

பத்து நிமிடங்களுக்கு முன்புதான் சிவகுமாரை டிஸ்சார்ஜ் செய்திருந்தார்கள். ரத்தம் வெளியேறுவதை அவர்களால் நிறுத்த முடியவில்லை. அறுவை சிகிச்சை செய்தாலும் பலனிருக்காது என்னும் நிலையில், ராயப்பேட்டை பெரிய ஆஸ்பத்திரிக்கு அனுப்பிவைத்திருந்தார்கள்.

உடனே ராயப்பேட்டைக்குப் போனேன். அவசரப் பிரிவில் சிவகுமாரைச் சேர்த்து டிரிப்ஸ் ஏற்றிக்கொண்டிருந்தார்கள். கண்களைப் பாதி திறந்தபடியே என்னைப் பார்த்து கதறி அழுதான்.

'மேடம், என்னைச் சாக விட்டுடாதீங்க, எப்படியாவது என்னைக் காப்பாத்துங்க மேடம்!'

என் கைகளைப் பற்றிக்கொண்டு அழுதான்.

என் கைகளில் அவன் ரத்தத்தின் ஈரம். என்னால் அவனுக்கு ஆறுதல் சொல்ல முடியவில்லை. எனக்குள் வந்த அழுகையை யும் கட்டுப்படுத்த முடியவில்லை.

22

ஏதாவது செய், எப்படியாவது அந்தப் பையனைக் காப்பாற்று என்று உள்மனம் கட்டளையிட்டது.

டாக்டரிடம் ஓடினேன். எங்களால் முடிந்ததைச் செய்கிறோம் என்று சொல்லிவிட்டு வெளியேறிவிட்டார். அதற்குள் சிவகுமாரின் வயதான அப்பாவும் அம்மாவும் ராயப்பேட்டைக்கு வந்து சேர்ந்துவிட்டார்கள்.

அவன் அம்மா என்னைக் கட்டியணைத்து அழுதாள்.

'சாப்பாடு போட்டு, தங்க இடமும் கொடுத்து என்னை நல்லா வெச்சிருங்காங்கன்னு அடிக்கடி சொல்லுவான். அவனுக்கு நல்ல முதலாளியம்மா

கிடைச்சுட்டாங்கன்னு நாங்களும் சந்தோஷத்துல இருந்தோம். இப்போ இப்படி ஆகிவிட்டேதே!'

சில வருடங்களாகவே சிவகுமாருக்கு ரத்தப் புற்றுநோய் இருந்த தாகவும், தாம்பரத்தில் சிகிச்சை எடுத்துக்கொண்டதாகவும் தெரிந்துகொண்டேன்.

அரை மணி நேரத்தில் சகலமும் முடிந்துவிட்டது. உயிரற்ற உடலாக சிவகுமார் வெளியே வந்தான். என் கைகளைப் பிடித்த படி அவன் கதறியது காதுக்குள் ஒலித்தபடியே இருந்தது.

ஒரு சாவின் கொடூரம் எப்படி இருக்கும் என்பதை அன்றுதான் உணர்ந்து கொண்டேன். எங்கேயோ பிறந்து, எங்கேயோ வளர்ந்து, இறுதியில் என்னுடைய கைகளைப் பற்றியபடியே இறந்துபோன சிவகுமாரை என்னால் மறக்கவே முடியவில்லை. மறக்கவும் முடியாது.

என் யூனிட்டில் பணிபுரியும் ஒவ்வொருவரையும் நான் சிவகுமாராகத்தான் பார்க்கிறேன். என் வெற்றி என்பது அவர்கள் வெற்றி. அவர்கள் இல்லையென்றால் என்னால் எதையும் சாதித்திருக்க முடியாது.

எனக்குக் கிடைத்த விருதுகள், பாராட்டுக்கள் அனைத்துக்கும் காரணம் இந்தச் சிவகுமார்கள்தாம். அவர்களுக்கும் அவர்கள் குடும்பத்தினருக்கும் நான் என்றென்றும் நன்றிக்கடன் பட்டிருக் கிறேன். எனக்கான அங்கீகாரத்தை நான் அவர்களுக்கான அங்கீகாரமாகத்தான் எடுத்துக்கொள்கிறேன்.

என்ஐபிஎம்மில் நீண்ட காலமாகப் பணியாற்றிய ஒரு கேப்டன் சொந்தமாகப் பயிற்சிக் கல்லூரி ஆரம்பித்தார். Academy of Maritime Education and Training என்னும் பெயரில் சாலிகிராமத் தில் இந்தக் கல்லூரி ஆரம்பிக்கப்பட்டது. அங்கே அமைந்த கேண்டீனை நிர்வகிக்கும் பொறுப்பும் எனக்குக் கிடைத்தது.

ஒரே நேரத்தில் இரண்டு பயிற்சி கல்லூரிகளின் கேண்டீன்களை நடத்தும் பொறுப்பு என்னை எந்நேரமும் சுறுசுறுப்பாக வைத்திருந்தது. உத்தண்டியிலிருந்து சாலிகிராமம். சாலி கிராமத்திலிருந்து சாந்தோம். சாந்தோமிலிருந்து உத்தண்டி. இதைத் தாண்டி சென்னை இல்லை. இதைத்தாண்டி இந்தியா இல்லை. உலகமும் இல்லை.

அன்றாட பணிகளுக்கு ஊடாக, புதிய உணவு ஆராய்ச்சிகளிலும் ஈடுபட்டு வந்தேன். வெற்றிகரமான உணவு வகைகளை கேண்டீ/னில் அறிமுகப்படுத்தினேன். ஒரே மாதிரியான சலிப்பூட்டும் உணவுமுறையை மாற்றி அவ்வப்போது புதுமையை நுழைத்துக்/கொண்டிருந்தேன். என்னுடைய வாடிக்கையாளர்களை நான் நிரந்தரமாகத் தக்க வைத்துக்கொண்டதற்கு அதுதான் காரணம்.

என்னுடன் இருந்தவர்கள் நம்பிக்கையானவர்கள் என்றாலும் நான் கண்டிப்புடன்தான் இருந்தேன். உத்தண்டி ஒரு திசையிலும், சாலிகிராமம் இன்னொரு திசையிலும் செயல்பட்டுவிடக்கூடாது என்பதில் கண்ணும் கருத்துமாக இருந்தேன். நான் இல்லை என்பதற்காக தரத்திலோ ருசியிலோ சேவையிலோ குறை வந்துவிடக்கூடாது.

அதனால், நான் எப்போது எங்கே வருவேன் என்பதைச் சொல்லாமல் இருந்தேன். அவர்கள் யூகத்துக்கு விட்டு விட்டேன். மருத்துவமனைகளில் டாக்டர்கள் ரவுண்ட்ஸ் வருவது போல் அதிகாலை நேரத்தில் தடாலடியாக வந்து நிற்பேன். சாலிகிராமத்துக்குப் போவதாகச் சொல்லிவிட்டு திடீரென்று உத்தண்டிக்கு வந்துவிடுவேன்.

யூனிட்டில் மட்டுமல்ல நான் வேலை பார்த்த இடங்களிலும் ஆண்கள்தான் அதிகம். பெண்கள் மிகவும் குறைவு. ஒரு பெண் நம்மை இப்படி வேலை வாங்குகிறாளே என்கிற உணர்வு நிறைய பேரிடம் இருந்தது. நான் அந்த இடத்தை விட்டு நகர்ந்ததும் என்னைப் பற்றிக் கிண்டலடிப்பார்கள். அதைப் பற்றி நான் கவலைப்பட்டதில்லை.

கேண்டீன் ஆர்டர்கள் தவிர அவ்வப்போது நடைபெறும் நிகழ்ச்சிகள், கருத்தரங்குகள், விருந்துகள் ஆகியவற்றை நடத்துவதற்கான ஆர்டர்களும் கிடைத்தன. இந்தியா சிமெண்ட்ஸ் நிறுவனத்தின் ஆண்டுவிழாவில் என் உணவின் ருசியும் சேர்ந்து கொண்டது. அறிவாலயத்தில் நடைபெற்ற ஒரு சர்வதேசக் கருத்தரங்கில் பணிபுரிந்தேன்.

சில சமயம், நான்கு அல்லது ஐந்து தினங்களுக்கு அங்கேயே தங்கியிருந்து கேட்டரிங் சர்வீஸ் செய்ய வேண்டியிருக்கும். யூனிட் ஆள்களுடன் தங்கி, வேலையை முடித்துக்கொடுத்த பிறகே வீட்டுக்கு வருவேன்.

23

ஒரு சமயம், வரவேற்புச் சேவைகள் தொடர்பாக சிங்கப்பூரில் ஒரு சர்வதேசக் கருத்தரங்கு நடைபெற்றது. அதில் பங்கேற்பதற்கு எனக்கும் அழைப்பு வந்தது. முதல் முறையாக சிங்கப்பூர் சென்றேன்.

விமானப் பயணத்தின்போது தமிழ் நாட்டின் பிரபல ஹோட்டல் உரிமை யாளர் ஒருவரைச் சந்தித்தேன். அவருக்குச் சென்னை முழுவதும் ஹோட்டல் கிளைகள் உண்டு. என் னுடைய பணிகளைப் பற்றியும், கேட்ட ரிங் சர்வீஸில் நான் கொண்டிருந்த ஆர்வத்தையும் பொறுமையாகக் கேட்டுத் தெரிந்து கொண்டார். திடீ ரென்று கேட்டார். நீங்கள் ஏன் ஒரு

ரெஸ்டாரண்ட் ஆரம்பிக்கக்கூடாது? அதெல்லாம் சாத்தியமில்லை என்றுதான் சொன்னேன். சாத்தியமில்லை என்றுதான் நினைக்கவும் செய்தேன்.

ஆனால், *1996*ல் அடையாறில் முதல் முதலாகச் சொந்த ரெஸ்டாரண்டை ஆரம்பித்தேன். சிறிய இடம்தான். மொத்தம் *400* சதுர அடிகள். இடத்துக்கான வாடகைதான் அதிகமாக இருந்தது. தண்ணீர் வசதி, கழிவு நீர் வெளியேறும் வசதி எதுவும் கிடையாது.

கட்டடத்தின் அடித்தளப் பகுதியைச் சமையல் அறையாகப் பயன்படுத்திக்கொண்டேன். தண்ணீர் குழாய்கள் பொருத்தவும், சாக்கடை அமைக்கவும் ஒரு லட்சம் வரை செலவு செய்யத் தயாராக இருந்தேன். ஆனால் கட்டடத்தின் உரிமையாளர் சம்மதிக்க வில்லை. முன்பணம் தருகிறேன், பின்னால் வாடகையில் கழித்துக் கொள்கிறேன் என்று சொல்லிப் பார்த்தேன். அவர் கேட்கவில்லை.

ஆறுமாதம் வரை தாக்குப்பிடித்தேன். பின்னர் ரெஸ்டாரண்டை இழுத்து மூடவேண்டியதாகிவிட்டது.

ரெஸ்டாரண்ட் என்பது செலவு பிடிக்கும் விஷயம் என்பது புரிந்தது. விஸ்தாரமான இடம் அமையவேண்டும். தண்ணீர் வசதி இருக்கவேண்டும். சென்னையில் இதெல்லாம் சிரமமான விஷயம். எனக்கு நன்றாகத் தெரிந்த கேட்டரிங் சர்வீஸை இன்னும் மேம்படுத்தி, கேண்டீன் ஆர்டர்கள் வாங்குவதுதான் சரிப்பட்டு வரும் என்று சொல்லிக்கொண்டேன்.

அடையாறில் கிடைத்த அனுபவத்துக்குப் பிறகு ரெஸ்டாரண்ட் என்றாலே அலர்ஜியாகிவிட்டது. கேட்டரிங் என்றால் நல்ல முதலீடாக நினைத்து நிறைய பேர் பணம் கொடுக்க முன்வந்தார் கள். ஆனால் நான் மறுத்துவிட்டேன். யாரிடமும் கடனோ, இரவலோ வாங்கக்கூடாது என்பதில் உறுதியாக இருந்தேன்.

என்னுடைய நேரடி மேற்பார்வையில் செய்ய முடிந்தவற்றை மட்டும் செய்து தர ஒப்புக்கொண்டேன். லாபம் கிடைக்கிறதே என்பதற்காக எல்லாவற்றுக்கும் தலையசைக்கவில்லை. கேட்டரிங் என்பது பொன் முட்டையிடும் வாத்து. கவனமாகக் கையாண்டால் நிலைத்து நிற்கும்.

நுங்கம்பாக்கம் நெல்சன் மாணிக்கம் சாலையில் சங்கீதா ரெஸ்டாரண்ட் ஆரம்பிக்கப்படுவதாக இருந்தது. என்னை பார்ட்னராகச் சேர்த்துக்கொள்வதாக அழைத்தார்கள். பின்னர்

அதன் கிளை அடையாறில் ஆரம்பிக்கப்பட்டபோது, அதன் பார்ட்னராக நீடித்தேன். ரெஸ்டாரண்ட்டின் உட்புற வடிவமைப்பையும் கவனித்துக்கொண்டேன்.

என்னை விட்டுப் பிரிந்து சென்ற கணவர், என்னைத் தேடி வந்தார். இப்போது, மிகவும் தளர்ந்து போயிருந்தார். யாருக்கும் தெரியாமல் தனியாக ஒரு வீடு எடுத்துக் கொடுத்து அவரைத் தங்க வைத்தேன். உதவிக்குச் சிலரைப் பணியில் அமர்த்தினேன். அவரைப் பத்திரமாகப் பார்த்துக்கொண்டேன்.

இரண்டு மாதத்தில் டைபாய்டு வந்து, முடங்கிப்போனார். கிட்டத்தட்ட ஆறுமாத காலம் ராமச்சந்திராவில் சிகிச்சை அளிக்கப்பட்டது. செலவைப் பற்றி நான் கவலைப்படவில்லை. கூடவே இருந்து கவனித்துக்கொண்டேன். அவர் இறந்த போதும், ஒரு மனைவியாக அவருக்குச் செய்யவேண்டிய கடமை களைச் செய்து முடித்தேன்.

மகன் பிரவீனுக்கும் என் துறையில் ஆர்வமிருந்தது. ஆனால், பரபரப்பான ஒரு வாழ்க்கைக்கு அவன் பலியாகிவிடக்கூடாது என்று பயந்தேன். நாற்பது வயதுக்கு மேல் கேட்டரிங் சர்வீஸில் விருப்பம் இருந்தால் அனுமதிக்கலாம் என்று நினைத்தேன். அதுவரை அவனுக்கென்று ஒரு வாழ்க்கை வேண்டும். ஏரோ நாடிக்ஸ் படிக்க பிரவீனை ஸ்காட்லாண்ட் அனுப்பி வைத்தேன்.

மகள் பிரதீபா, சென்னையில் வைஷ்ணா கல்லூரியில் விஷுவல் கம்யூனிகேஷன் படித்தாள். அவளுக்கும் வெளிநாடு சென்று படிக்க ஆர்வம் இருந்தது. ஆனால், அவளுக்கு முதலில் திருமணம் செய்துவைக்கவேண்டும் என்று விரும்பினேன். திருமணத்துக்குப் பிறகு என்னென்ன படிக்கவேண்டுமோ அனைத்தையும் படிக்கலாமே! வேண்டாம் என்று சொல்லி வந்தவள் ஒரு கட்டத்தில் சம்மதம் தெரிவித்தாள்.

2004 ஏப்ரல் 29 அன்று பிரதீபாவின் திருமணத்தை விமரிசையாக நடத்தி மகிழ்ந்தேன். ஆனால், அந்த மகிழ்ச்சி ஒரு மாதம் கூட நீடிக்கவில்லை. மே மாத இறுதியில்,

பிரதீபா, மாப்பிள்ளை,அவரது அண்ணன், அண்ணி நால்வரும் கோயம்புத்தூரில் இருந்து சென்னை நோக்கி திரும்பிக் கொண்டிருந்தார்கள். அச்சிறுப்பாக்கம் தாண்டி வந்தபோது எதிரே வந்த லாரி காரோடு மோதியது.

24

ஆம்புலன்ஸில் ஏற்றி, மருத்துவ மனைக்குக் கொண்டு சேர்ப்பதற்குக் கூட ஆளில்லை. மூன்று மணி நேரம் எந்த உதவியும் இல்லாமல் அவர்கள் சாலையில் கிடந்தார்கள். தகவல் கிடைத்ததும் இங்கிருந்து கார் எடுத்துக் கொண்டு செங்கல்பட்டு போனேன். ஆனால், நான் போவதற்குள் நான்கு பேரும் இறந்திருந்தனர். விபத்து நடந்தவுடன் யாராவது உதவிக்கு வந்திருந்தால் ஒரு வேளை காப்பாற்றி யிருக்கலாம் என்றார் டாக்டர்.

நான் அடைந்த மனவேதனையை வார்த்தைகளால் விவரிக்கமுடியாது. எல்லாம் முடிந்துவிட்டது போன்ற ஓர் உணர்வு.

பிரதீபாவுக்கு சமூக சேவையில் நிறைய ஆர்வமுண்டு. லயன்ஸ் கிளப்பில் தீவிரமாகச் செயல்பட்டுக்கொண்டிருந்தாள். நிறைய சேவை அமைப்புகளுக்கு உதவி செய்திருக்கிறாள். திருமணத் துக்கு இரண்டு மாதங்கள் முன்புதான் கண் தானம் செய்திருந்தாள். அவளது கடைசி ஆசையைக் கூட என்னால் நிறைவேற்றி வைக்க முடியாமல் போய்விட்டது.

ஒரே நாளில் என்னுடைய உலகம் இருண்டுவிட்டது. எல்லா வேலைகளும் செயலிழந்து விட்டன. நான் வாழ்ந்தது என் குழந்தைகளுக்காக. போராடியது குழந்தைகளுக்காக. ஊறுகாய், ஃபாஸ்ட் புட், கேண்டீன், ரெஸ்டாரண்ட் என்று நான் முயன்று பார்த்த அனைத்தும் என் குழந்தைகளின் எதிர்காலத்தை முன்னிட்டுதான். முட்டி, மோதி, அடிபட்டு, உதைப்பட்டு நான் எழுந்து நின்றது என் குழந்தைகளுக்காக.

ஆனால், இப்போது என்ன நடந்துகொண்டிருக்கிறது? என் மகள் இனி இல்லை என்னும்போது, நான் இனி என்ன செய்வது? எல்லாவற்றையும் ஒதுக்கி வைத்துவிட்டு வீட்டோடு முடங்கி விட்டேன்.

அப்போது பிரவீன், கப்பலில் கேப்டனாக இருந்தான். தொடர்ந்து ஆறு மாதம் பணியில் இருந்துவிட்டு பிரதீபாவின் திருமணத்துக்காக விடுமுறையில் வந்திருந்தான். வீட்டில் என்னுடைய நிலையைப் பார்த்த பின்னர் இனியும் வேலைக்குப் போவதில்லை என்று முடிவெடுத்தான்.

நான் விட்டுச் சென்ற பணிகளைத் தொடர்ந்து செய்யப்போவ தாகச் சொன்னான்.ஆரம்பத்தில் எனக்கு நம்பிக்கையில்லை. அவனுக்கு உதவிகள் எதுவும் செய்யமுடியாத நிலை. ஆனால் பிரவீன் தானாகவே எல்லாவற்றையும் கற்றுக்கொண்டான்.

இரண்டு ஆண்டுகள் கழிந்த பிறகு, நான் கொஞ்சம் மாறினேன். என் உதவி பிரவீனுக்குத் தேவை என்பதைப் புரிந்து கொண்டேன். அவனுக்கு உதவியாகத் திரும்பவும் களத்தில் இறங்கினேன்.

இந்தியாவில் ஹோட்டல் மட்டுமே உண்டு, ரெஸ்டாரண்ட் அதிகம் இல்லை. உணவு வசதியோடு தங்கும் வசதியும் இருந்தால் அது ஹோட்டல். உணவு வசதி மட்டும் இருந்தால் அது ரெஸ்டாரண்ட். நம்மூரில் இரண்டுக்கும் வித்தியாசம் தெரிவதில்லை.

ரெஸ்டாரண்ட் என்பது நம்மூரில் புதிதான விஷயம். இங்கே இருக்கும் பெட்டிக்கடைகள் போல வெளிநாடுகளில் ஒவ்வொரு தெருவிலும் ரெஸ்டாரண்ட் உண்டு. அதுபோன்ற நிலை இந்தியா விலும் வரவேண்டும் என்று பிரவீன் அடிக்கடிச் சொல்லிக் கொண்டிருப்பான்.

பல வெளிநாடுகளில் சுற்றுப்பயணம் செய்திருந்த அனுபவம் பிரவீனுக்குக் கைகொடுத்தது. அவனது புதுப்புது ஐடியாக்கள் என்னைக் கவர்ந்தன. முதலில் நமக்கென்று ஒரு பிராண்ட் உருவாக்க வேண்டும் என்று முடிவு செய்தோம்.

அதைத் தொடர்ந்து மூன்று வகையான பிராண்ட் உருவாக்கி னோம். நான் வெஜ் உணவு வகைகளுக்காக Sans கிச்சன். வெஜ் வகைகளுக்காக சந்தீபா. ஜூஸ் மற்றும் காக்டெயில் பானங் களுக்காக Quencher.

எங்கள் முதல் ரெஸ்டாரண்ட்டான சான்ஸ் கிச்சனை Ascendas கட்டடத்தில் ஆரம்பித்தோம். அதைத் தொடர்ந்து அங்கேயே ஜூஸ் மற்றும் காக்டெயில் பானங்களுக்காக Quencher ஆரம்பித்தோம். அதற்கும் நல்ல வரவேற்பு இருந்தது.

பன்னாட்டு நிறுவனங்கள் உள்ள பல கட்டடங்களின் ஃபுட் கோர்ட்டில் எங்கள் சான்ஸ் கிச்சன் கிளைகள் ஆரம்பிக்கப் பட்டன. பின்னர், சென்னை ஒன் வளாகத்திலும் ஆரம்பித்தோம்.

வெஜ் வகைகளுக்காக சந்தீபா ஆரம்பமானது. சைனீஸ் உணவு வகைகளுக்காக கோல்டன் வொர்க் என்னும் ரெஸ்டாரண்டை மறைமலை நகரில் ஆரம்பித்தோம்.

எங்கள் செயின் ஆஃப் ரெஸ்டாரண்டில் காலை, மதியம், இரவு என 24 மணி நேரமும் ஏதாவது உணவு கிடைக்கும்படி பார்த்துக் கொண்டோம். அடுத்ததாக, மெனுவில் மாற்றங்கள் கொண்டு வர முடிவு செய்தோம். Combo என்னும் திட்டத்தை அறிமுகப் படுத்தினோம்.

பொதுவாகக் காலை உணவு என்றால் ஏதாவது ஒரு பதார்த்தம் தான் தயார் செய்வார்கள். இட்லி, தோசை, பொங்கல், உப்புமா இவற்றில் ஏதாவது ஒன்று. குறைந்த செலவில், நாங்கள் குறைந்த விலையில் பல்வேறு பதார்த்தங்களை மொத்தமாக அறிமுகப்படுத்தினோம். நல்ல வரவேற்பு கிடைத்தது.

பின்னர் மதிய உணவிலும் காம்போ கொண்டுவந்தோம். தினமும் மதியம் 70 ரூபாய் கொடுத்து மீல்ஸ் அல்லது ஃப்ரைட் ரைஸ் சாப்பிட எல்லோரும் தயங்குவார்கள். எழுபது ரூபாய்க்கு இரண்டு நான் ரொட்டி, கொஞ்சம் ஃப்ரைட் ரைஸ், கொஞ்சம் லெமன் ரைஸ், கொஞ்சம் தயிர் சாதம் எல்லாவற்றையும் கலந்து கொடுத்தோம். ஒரு ஃப்ரைட் ரைஸ் வாங்கும் பணத்தில் எல்லா உணவு வகைகளையும் சாப்பிட்ட திருப்தி வாடிக்கையாளர் களுக்கு கிடைத்தது.

ஃபுட் கோர்ட் என்பது கடந்த பத்தாண்டுகளில் வந்திருக்கும் புதிய சமாசாரம். ஒரு ஃபுட் கோர்ட் ஆரம்பிக்க 100 சதுர அடி இடம் இருந்தாலே போதும். மக்கள் அதிகமாக நடமாடும் இடமாக இருக்கவேண்டும். இன்று பெரிய பெட்ரோல் பங்குகளில் கூட ஃபுட் கோர்ட் வைத்திருக்கிறார்கள்.

கடந்த பத்தாண்டுகளில் சாப்பிடும் வழக்கமும் இங்கே அதிகரித் திருக்கிறது. ஆனாலும் வெளிநாடுகளோடு ஒப்பிடும்போது வசதிகள் இங்கே இன்னமும் குறைவுதான். வெளியிடங்களில் சாப்பிடுவது என்பது மேற்கத்திய நாடுகளில் சகஜம். அங்கே 80 சதவீத மக்கள் தினமும் ஒரு வேளையாவது ரெஸ்டாரண்டுகளில் சாப்பிடுவது வழக்கம்.

நம்மூரில் நிலைமை வேறு. இங்கே எழுபது சதவீத மக்கள் ஹோட்டலுக்கே வருவதில்லை. வாரம் ஒரு முறை அல்லது மாதம் ஒரு முறை என்று ஹோட்டலுக்கு வருபவர்கள்தான் அதிகம். வெளியிடங்களில் சாப்பிடும் பழக்கம் அதிகரிக்கும் போது ஃபுட் கோர்ட்டும் அதிகமாகிவிடும்.

அடுத்ததாக மையப்படுத்தப்பட்ட சமையலறையை (Centralised Kitchen) கொண்டு வரவேண்டும் என்று முடிவு செய்தோம். தயாரிப்புச் செலவு அதிகமாகிவிட்ட இந்தக் காலத்தில் எல்லா இடங்களிலும் ஒரே மாதிரியான தரத்தைக் கொண்டு வருவதற்கு அது ஒன்றுதான் வழி.

ஒரு அடுப்பும் எண்ணெய் கிடாயும் இருந்தால் போதும். தனியாக கிச்சன் தேவையில்லை. செலவும் மிச்சம். ஒவ்வொரு இடத்திலும் கமர்ஷியல் கிச்சன் அமைக்க 4 அல்லது 5 லட்சம் செலவழிக்க வேண்டியிருக்கும். ஒரே இடத்தில் சமையலை மையப்படுத்தும்போது ருசியும் மாறாது, லாபமும் அதிகரிக்கும்.

தரமணியில் ஒரு பெரிய இடம் வாங்கி அங்கேயே எங்கள் மெகா கிச்சனை அமைத்துக்கொண்டோம். உண்மையில் அது கிச்சன் அல்ல. ஒரு உணவுத்தொழிற்சாலை என்றுதான் சொல்ல வேண்டும்.

எங்கள் உணவகங்களுக்கு தரமணியிலிருந்துதான் உணவு தயார் செய்யப்பட்டு அனுப்பப்படுகிறது. ஆரம்பத்தில் சரியான போக்குவரத்து வசதி, பேக்கிங் வசதி இல்லாமல் தடுமாறி னாலும் விரைவில் சுதாரித்துக்கொண்டோம்.

சந்தீபா சாம்பாரின் ருசி எல்லா இடங்களிலும் ஒரே மாதிரியாக இருக்கிறது என்று பலரும் பாராட்டினார்கள். தேவைக்கு அதிக மான உணவு வகைகள் வீணாவது, பற்றாக்குறை இவற்றை யெல்லாம் சமாளிக்க முடிந்தது.

அடையாறில் தென்னிந்திய நான் வெஜ் உணவு வகைகளுக் காகவே ஒரு Sans கிச்சன் ரெஸ்டாரண்ட் ஆரம்பித்தோம். எங்கள் உணவகங்களில் பெரியது இதுதான்.

மண் சட்டியில் மாசாலா, மிளகாய், உப்பு, கொத்து மல்லி சேர்த்து தேங்காய் எண்ணெய் ஊற்றி, பாரம்பரிய முறையில் செய்யப் படும் இடிச்ச கோழி வறுவலுக்கு இங்கே நிறைய ரசிகர்கள் உண்டு.

மட்டன் தோசை, மட்டன், சிக்கன் ரசம், உசிலம்பட்டி கோழிக் குழம்பு, அறந்தாங்கி ஆட்டிறைச்சி சுக்கா, இறைச்சி உருண்டைக் குழம்பு, சிக்கன் முருங்கைக்காய் என எங்கள் மெனு பிரபல மானது.

இந்தியாவில் ஹாஸ்பிடாலிட்டி என்பது நாளுக்கு நாள் வளர்ந்து வரும் விஷயம். ஹோட்டல்,கேட்டரிங் சர்வீஸ் அனைத்தும் நவீனமயமாகிவிட்டது. போட்டியும் அதிகம்.

குறைந்த செலவில் தரமான பொருள்களைத் தருபவர்களால் மட்டுமே இங்கே நிலைத்து நிற்க முடியும். தரத்தைப் பற்றி நீ கவலையே படவேண்டாம், அது உன் பெயரிலேயே இருக்கிறது என்பார்கள் நண்பர்கள். ஆம், பேட்ரீஷியா என்றால் லத்தீன் மொழியில் உயர் தரம் என்று அர்த்தம்!

ஒரு ஊறுகாய் பாட்டில்தான் என் கேட்டரிங் வாழ்க்கையை ஆரம்பித்து வைத்தது. இன்று பத்து ரெஸ்டாரண்டுகளுக்கு நான்

உரிமையாளர். எஃப்.ஐ.சி.சி.ஐ (Federation of Indian Chambers of Commerce and Industry) அமைப்பின் பெண் தொழிலதிபருக்கான விருது 2010ம் ஆண்டு எனக்குக் கிடைத்துது. இதை எனக்கான அங்கீகாரமாக நான் பார்க்கவில்லை. என்னுடன் பணியாற்று பவர்களின், என் குடும்பத்தாரின் உழைப்புக்கும் ஆதரவுக்கும் கிடைத்த அங்கீகாரம். என்னைப் போல் சுயமாக முன்னேறத் துடிப்பவர்களுக்கு வழங்கப்பட்டிருக்கும் அங்கீகாரம்.

பிரதீபாவின் மரணத்துக்குப் பிறகு கிடைத்த காப்பீட்டுத் தொகையை முன்பணமாக வைத்து ஒரு ஆம்புலன்ஸ் வாங்கினேன். விபத்து நடந்த அதே இடத்தில் ரோட்டோரமாக அதை நிறுத்தினேன். என் மகளைப் போல் வேறு யாரும் விபத்தில் சிக்கி, காப்பாற்ற ஆளில்லாத நிலை ஏற்பட்டுவிடக் கூடாது. ஆம்புலன்ஸை என்னுடைய நேரடி பராமரிப்பில் வைத்திருக்கிறேன்.

உள்ளூர் மக்களும் எனக்கு ஆதரவாக இருக்கிறார்கள். ஆம்புலன்ஸ் நிறுத்துவதற்கு ஒரு ஷெட் ஏற்பாடு செய்து கொடுத்திருக்கிறார்கள். அச்சிறுப்பாக்கம் மேம்பாலத்தைத் தாண்டினால், சாலையோரத்தில் அந்த ஆம்புலன்ஸ் எந்நேரமும் நிற்பதை நீங்கள் பார்க்கலாம். அந்த ஆம்புலன்ஸ்தான் பிரதீபாவின் கல்லறை. பிரதீபா நினைவாக இன்னும் செய்ய வேண்டிய பணிகள் நிறைய இருக்கின்றன.

கடந்த முப்பது ஆண்டுகளில் கிட்டத்தட்ட ஒவ்வொரு நாளும், ஒவ்வொரு மணி நேரமும், ஒவ்வொரு விநாடியும் சவால்கள் நிறைந்ததாகவே இருந்திருக்கிறது. ஒன்று முடிந்தால், இன்னொன்று. அதைத் தீர்த்தால் இன்னொன்று. சவால்கள் இறப்பதில்லை. என்பதால், அவற்றுக்கு எதிரான போராட்டங் களுக்கும் மரணமில்லை.

புதிய சவால்களை எதிர்கொள்ள நான் தயாராக இருக்கிறேன்.

நேரமும் வாய்ப்பும் அமைந்தால் இன்னொரு புதிய துறையில் கால் பதிக்கவும் தயார். அப்படியான ஒரு சந்தர்ப்பத்தில், இதே உற்சாகத்தோடும் பேட்ரீஷியாவை நீங்கள் சந்திக்கலாம்!

9 788184 935264

Printed by Libri Plureos GmbH in Hamburg,
Germany